മലക്കുകളുടെ
കണക്കു പുസ്തകം

Malakkukalude Kanakku Pusthakam
Novel

Anarkali

CHINTHA PUBLISHERS
Thiruvananthapuram

First Edition
July 2017

Second Impression
February 2022

Published & Typesetting
Chintha Publishers, Thiruvananthapuram

Cover Design
Vishnu Ram

ISBN: 978-93-86637-12-3

CR - 2505 / 5920

Email: chinthapublishers@gmail.com
Website: www.chinthapublishers.com

A version is available at National Libraries
Kolkata, Mumbai, Chennai and Delhi

Distribution
DESHABHIMANI BOOKHOUSE
H O Thiruvananthapuram 695035

Branch
Head Office Kunnukuzhi • Statue Thiruvananthapuram
KSRTC Bus Terminal Thampanoor • Saphalyam Complex Thiruvananthapuram
KSRTC Bus Station Alappuzha • KSRTC Bus Station Ernakulam
Machingal Lane Thrissur • IG Road Kozhikode
Mavoor Road Kozhikode • NGO Union Building Kannur
Central Bus Terminal Complex Thavakkara Kannur

മലക്കുകളുടെ
കണക്കു പുസ്തകം

അനാർക്കലി

ചിന്ത പബ്ലിഷേഴ്സ്
തിരുവനന്തപുരം-695 035

അനാർക്കലി

തിരുവനന്തപുരം ജില്ലയിലെ വെഞ്ഞാറമൂട് സ്വദേശി. പിതാവ്: മുഹമ്മദ് സാലി. മാതാവ്: പി.എം ഹലീമ. കേരള സർവ്വകലാശാലയിൽനിന്നും ജന്തുശാസ്ത്രത്തിൽ എം ഫിൽ ബിരുദം. നിലവിൽ ഗവേഷക വിദ്യാർത്ഥി. കേരള സാഹിത്യ അക്കാദമി അഖിലകേരള കഥാമത്സരം, പുരോഗമന കലാസാഹിത്യസംഘം സംസ്ഥാനതല കഥാമത്സരം, *കലാകൗമുദി* കെ സുകുമാരൻ സ്മാരക സംസ്ഥാനതല കഥാമത്സരം, *ദേശാഭിമാനി* വാരിക കഥാമത്സരം, അഖിലേന്ത്യാ ജനാധിപത്യ മഹിളാ അസോസിയേഷൻ സംസ്ഥാനതല കഥാമത്സരം, കേരളോത്സവം കഥാമത്സരം തുടങ്ങിയവയിൽ സമ്മാനം ലഭിച്ചു.

പുരസ്കാരങ്ങൾ: പ്രഥമ കമലാ സുരയ്യ ചെറുകഥാ പുരസ്കാരം, തുഷാരം വിദ്യാർത്ഥി സാഹിത്യ പുരസ്കാരം, സാഹിത്യപ്രവർത്തക സഹകരണ സ്വാശ്രയ സംഘം വടക്കൻ പറവൂരിന്റെ സാഹിത്യശ്രീ വിദ്യാർത്ഥി പുരസ്കാരം, പ്രീമിയർ അസോസിയേഷൻ സ്പെഷ്യൽ ജൂറി സാഹിത്യ പുരസ്കാരം, സ്കൂൾ വിദ്യാർത്ഥിയായിരിക്കുമ്പോൾ ഗവർണറിൽനിന്നും സേവന തല്പരതയ്ക്കുള്ള രാജ്യ പുരസ്കാർ അവാർഡ്.

കൃതികൾ: *സ്വപ്നമഥനം* (കഥാസമാഹാരം)

മൊബൈൽ : 9567596054
e-mail : anarkkaly@gmail.com

പ്രസാധകക്കുറിപ്പ്

ലേഡീസ് ഹോസ്റ്റലുകളും അതിനുള്ളിലെ പെൺജീവിതങ്ങളും എക്കാലത്തും ആൺനോട്ടങ്ങളുടെ ഇടങ്ങളാണ്. പുരുഷകേന്ദ്രിത മൂല്യവ്യവസ്ഥയെ മുറിച്ചുകടക്കാൻ കെല്പുള്ള സ്ത്രീജീവിതങ്ങൾ നാമ്പിടുന്ന സർവ്വകലാശാലകളും പരിസരവുമാണ് അനാർക്കലി എന്ന പുത്തൻ തലമുറ നോവലിസ്റ്റിന്റെ വ്യവഹാരമണ്ഡലം. നിമിത എന്ന ഗവേഷണ വിദ്യാർത്ഥി നേരിൽ കാണുന്ന ജീവിത ചിത്രങ്ങൾ തന്റെ പെൺസ്വത്വത്തെത്തന്നെ പുനരാലോചനയ്ക്കു വിധേയമാക്കാൻ അവളെ പ്രേരിപ്പിക്കുന്നു. സ്നേഹത്തിന്റെയും സ്നേഹനിരാസത്തിന്റെയും വഞ്ചനയുടെയും ഇല്ലാക്കഥകൾ തന്നെയാണ് ഹോസ്റ്റലുകളിലും തളം കെട്ടി നില്ക്കുന്നത്. ഗവേഷണത്തിനു പിന്നിലെ നിഗൂഢ സത്യങ്ങൾ തുറന്നു കാട്ടാൻ ഒരു ഗവേഷണ വിദ്യാർത്ഥിയായ അനാർക്കലിക്കു കഴിയുന്നുണ്ട്. പെൺ ജീവിതത്തുടിപ്പുകളാലും കുതറലുകളാലും കോറിയിടുന്ന *മലക്കുകളുടെ കണക്കു പുസ്തകം* എന്ന നോവലിലൂടെ ശക്തയായ ഒരു എഴുത്തുകാരിയെയാണ് ഞങ്ങൾ പരിചയപ്പെടുത്തുന്നത്.

ചിന്ത പബ്ലിഷേഴ്സ്

മുഖമൊഴി

മലക്കു വന്ന വഴി

പെരുമഴയത്ത് കുടക്കീഴിൽ ഒതുങ്ങിക്കൂടി നടക്കുമ്പോൾ ഞാൻ പറഞ്ഞു. "വേനൽക്കാലത്ത് സ്കൂളു തുറന്നാൽ മതിയായിരുന്നു. എങ്കിൽ പുത്തനുടുപ്പ് നനയാതെ പോകാമായിരുന്നു." അപ്പോൾ മുത്തലവി പറഞ്ഞു. "ആഗുമ്പെയിലെ കുട്ടികൾ എന്നും മഴ നനഞ്ഞോണ്ടാ സ്കൂളിൽ പോണത്. അവരെപ്പോഴും നനഞ്ഞ ഉടുപ്പിട്ടാ നടക്കണത്. കുട ചൂടാതെയാ മഴയിൽ നടക്കണത്." ഏഴാം ക്ലാസുകാരിയായ എനിക്ക് സ്കൂളിൽ പോകാൻ കൂട്ട് അഞ്ചാം ക്ലാസുകാരനായ മുത്തലവിയായിരുന്നു. കുറ്റിത്തലമുടിയുള്ള കൊച്ചു മുത്തലവി ഒത്തിരി വായിക്കും.

'ആംഗുമ്പെയോ അതെവിടെയാ?" ഞാൻ ചോദിച്ചു.

"എവിടെയാന്നറിയില്ല. പക്ഷേ, ഇന്ത്യയിൽ അങ്ങനൊരിടമുണ്ട്. അവിടെ എന്നും മഴയാണ്."

"നിനക്കതെങ്ങനെയറിയാം."

'ഇംഗ്ലീഷ് ടീച്ചർ പറഞ്ഞു."

മുത്തലവിക്ക് കൂശാൻതാടിയെ ഭയമാണ്. പള്ളിക്കരികിലെത്തുമ്പോൾ മുത്തലവി എനിക്ക് പിന്നിലൊളിക്കും. താടി നീട്ടി വളർത്തിയ മുരടൻ മമ്മു ഉസ്താദിനെ പിള്ളേർ കൂശാൻതാടിയെന്നാണ് വിളിച്ചിരുന്നത്. കാലൻ കുടയും വീശി കൂശാൻ താടിയും എപ്പോഴാണ് പള്ളിയിൽ നിന്നിറങ്ങിവരുന്നതെന്ന് പറയാൻ പറ്റില്ല. ഒരിക്കൽ കൂശാൻ താടിയെ കണ്ടതും മുത്തലവി പറഞ്ഞു. "കൂശാൻ താടി കെട്ടിയോളേ മൊഴിചൊല്ലി." പർദ്ദയിൽ പൊതിഞ്ഞൊരു സുന്ദരിയാണ് കൂശാൻ താടിയുടെ ഭാര്യ.

"എന്തിനാ മൊഴി ചൊല്ലിയെ."

"പറമ്പത്ത് ആട്ടിനെ മേച്ചുനിന്ന കെട്ടിയോള് തളർന്നുവീണപ്പോൾ അയലത്തെ കണ്ണൻ ചേട്ടൻ ചെന്നുപിടിച്ചത്രേ. അതു കണ്ടുകൊണ്ടു വന്ന കൂശാൻ താടി കാലൻകുട നിലത്താഞ്ഞുകുത്തി. ചൂണ്ടുവിരൽ ഭാര്യയുടെ നേർക്ക് പിടിച്ച് തലാഖ്... തലാഖ്... തലാഖ്... എന്നു പറഞ്ഞു."

"എന്നിട്ടിപ്പോൾ ഭാര്യ?"

"അവർ ആശുപത്രിയിലേക്ക് കൊണ്ടുപോകുംവഴി മരിച്ചു."

"ദൈവം കൂശാൻ താടിയെ ശിക്ഷിക്കും." ഞാൻ പറഞ്ഞു.

"ഇല്ല."

"അതെന്താ."

"ദൈവം പള്ളിക്കുള്ളിലല്ലേ. കൂശാൻ താടി പള്ളിയുടെ ആളല്ലേ."

"ദൈവം ശക്തനല്ലേ. വലുതല്ലേ. ഇത്രേം വലിയ ദൈവം ഇത്രം ചെറിയ പള്ളിക്കുള്ളിലോ." ഞാൻ ആശ്ചര്യപ്പെട്ടു.

"ദൈവം ശിക്ഷിക്കില്ല. പക്ഷേ, മലക്കുകൾ കൂശാൻതാടിയെ ശിക്ഷിക്കും." മുത്തലവി സത്യമിട്ട് പറഞ്ഞു.

"മലക്കുകളോ?"

"ഉം. മലക്കുകൾ. നമ്മൾക്കുള്ളിലാണതുള്ളത്. ഇടത്തും വലത്തുമായി. അവരുടെ കൈയിലൊരു പുസ്തകമുണ്ട്. നമ്മൾ ചെയ്യുന്ന തെറ്റും ശരിയും രേഖപ്പെടുത്തുന്ന പുസ്തകം. ആ പുസ്തകം നോക്കി മലക്കുകൾ നമുക്ക് ശിക്ഷ വിധിക്കും."

"അപ്പോ ദുഷ്ടന്മാരുടെ മലക്കുകളുടെ കൈയിൽ വലിയ പുസ്തകം കാണുമല്ലേ?"

"ഉം.... കാണും. തെറ്റിന്റെ എണ്ണമനുസരിച്ച് ഭാരമുള്ള പുസ്തകം. ദുഷ്ടരുടെ മയ്യത്തുകൾക്ക് നല്ല ഭാരമുണ്ടാവും." മുത്തലവി ഒരു ജ്ഞാനിയെപ്പോലെ സംസാരിച്ചു.

ഒന്ന്

അതിനോടകം ഒന്നോ രണ്ടോ മണിക്കൂർ നീണ്ടുകഴിഞ്ഞ വിരസമായ കാത്തിരിപ്പ് നിമിതയ്ക്ക് അസഹ്യമായിത്തുടങ്ങി. കഷ്ടിച്ച് ഒരു മണിക്കൂർ തികച്ചുപോലും എവിടെയെങ്കിലും മൂടുറച്ചിരിക്കാൻ മെനക്കെടാത്ത അവളെ സംബന്ധിച്ച് ഹോസ്റ്റൽ സന്ദർശകമുറിയിലെ ആ കാത്തിരിപ്പ് കേരളത്തിലെ ഏതോ വില്ലേജോഫിസിൽ കാര്യം സാധിക്കാൻ പോയവന്റെ നില്പും ഇരിപ്പും കെട്ട അവസ്ഥപോലെയായിരുന്നു. യൂണിവേഴ്സിറ്റി റിസർച്ച് ഹോസ്റ്റലിന്റെ ഒരു ഭാഗം ഇടിഞ്ഞു വീണതിനാൽ അനിവാര്യമായ ഹോസ്റ്റൽ മാറ്റത്തെത്തുടർന്ന് നഗരത്തിൽ പറ്റിയൊരു താമസസൗകര്യമന്വേഷിച്ചുള്ള നിമിതയുടെ ദിവസങ്ങളായുള്ള അലച്ചിൽ ദേവമാതാ ഹോസ്റ്റലിനു മുൻപിലാണ് അവസാനിച്ചത്. അതും സാദ്ധ്യമായത് അണ്ണ്യാളച്ചന്റെ പ്രത്യേക ശുപാർശ പ്രകാരം. വെള്ളച്ചായമടിച്ച ചുമരുകളും നീല ജനാലകളും കറുത്ത ഗ്രില്ലും ചുവന്ന സിമന്റുതിട്ടകളുമുള്ള ദേവമാതാ ഹോസ്റ്റൽ. ഹോസ്റ്റൽ മുറ്റത്തുകയറിയപ്പോഴെ അവിടെ തനിക്കനുഭവപ്പെട്ട ഒരു സ്റ്റുഡന്റ്സ് ഹോസ്റ്റലിനു ചേരാത്ത ശാന്തതയെ അവൾ ചേർത്തുവായിച്ചത് 'കോൺവെന്റിനോട് ചേർന്ന് പ്രവർത്തിക്കുന്നിടമായതിനാൽ അവിടെ വിട്ടുവീഴ്ചയില്ലാത്ത അച്ചടക്കം പാലിച്ചുപോരുന്നു' എന്ന അണ്ണ്യാളച്ചന്റെ പറച്ചിലിനോടാണ്. യൂണിവേഴ്സിറ്റി ഹോസ്റ്റലിലായിരിക്കുമ്പോൾ മൂന്നുനാലുപ്രാവശ്യം സെക്കന്റ് ഷോയ്ക്കു പോകാൻ വേണ്ടി മതിലുചാടിയിട്ടുണ്ടെന്നതൊഴിച്ചാൽ ജീവിതത്തിലിന്നേവരെ കാര്യമായ അച്ചടക്ക ലംഘനമൊന്നും നടത്തിയിട്ടില്ലാത്തതിനാൽ ഇത്തരമൊരു ഹോസ്റ്റൽ അന്തരീക്ഷം തനിക്ക് പ്രശ്നങ്ങൾ സൃഷ്ടിക്കില്ലെന്ന് നിമിതയ്ക്കറിയാം. മാത്രമല്ല സെക്കന്റ് ഷോയ്ക്കു പോകുന്നത് അത്ര വലിയ അച്ചടക്കലംഘനമായി അവൾ

കാണുന്നുമില്ല. രാത്രി പെട്രോമാക്സിന്റെ വെളിച്ചത്തിൽ തട്ടുകടയിൽ നിന്നും ഭക്ഷണം കഴിക്കാനും കൂട്ടുകാരികൾക്കൊപ്പം തെരുവോരത്തുകൂടി കൈകോർത്തുപിടിച്ച് അലസമായി നടക്കാനും ഒരു സ്ത്രീ ആഗ്രഹിച്ചാൽ അതിലെന്താണ് തെറ്റ്? രാത്രിജീവിതം സ്ത്രീക്ക് വിലക്കപ്പെട്ടതൊന്നുമല്ലല്ലോ. ഒരു വരാന്ത കടന്നാണ് ഹോസ്റ്റലിലെ സന്ദർശകമുറിയിലെത്തുന്നത്. സന്ദർശകമുറി സാമാന്യം വലിയൊരു ഹാളാണ്. ഹാളിനു സമാന്തരമായി ഒരു നീളൻ മേശയും ബെഞ്ചുമിട്ടിരുന്നു. അതിനെതിർവശത്തായിട്ടിരുന്ന ചാരിയിരിക്കാൻ പാകത്തിലുള്ള കൂറ്റൻ ബെഞ്ചിലാണ് നിമിത ഇരുന്നിരുന്നത്. അവൾ ഹോസ്റ്റലിലേക്കു വന്നുകയറുമ്പോൾ മങ്ങിയ നൈറ്റിക്കു മീതെ വെള്ള ഏപ്രൺ കെട്ടിയൊരു മദ്ധ്യവയസ്കയാണു വാതിൽ തുറന്നത്. ഏപ്രൺ കെട്ടിയിരുന്നതിനാൽ ആരും പറയാതെ തന്നെ അവർ അടുക്കളക്കാരിയാണെന്നു മനസ്സിലായി.

"നിമിതാന്നാല്ല്യോ പേര് .... അണ്ണ്യാളച്ചൻ പറഞ്ഞാര്ന്ന്. മദറ് പ്രാർത്ഥനയിലാണ്. മോളിരിക്കേയ്... മദറിപ്പം വരും" വരാന്തയിലെ ഗ്രില്ല് വലിയ ശബ്ദത്തിൽത്തുറന്ന് നിമിതയെ സന്ദർശക മുറിയിലേക്കാനയിച്ച് അവിടെക്കിടന്ന ബെഞ്ചുകളിലൊന്നിലിരിക്കാൻ ആംഗ്യം കാണിച്ചു കൊണ്ട് തികച്ചും അനാകർഷകമായ സ്വരത്തിലവർ പറഞ്ഞു. അതിനു ശേഷം അവർ രണ്ടുതവണ അതുവഴി വന്നുപോയി. ആദ്യം കൈയിലൊരു കത്തിയുമായിട്ടായിരുന്നു വരവ്. തിരികെപോകുമ്പോൾ അപ്പോൾ പ്ലാവിൽ നിന്നും പറിച്ചെടുത്ത അരക്കിറ്റു വീഴുന്ന ചക്കയും അതിനു മീതെ വെട്ടിവച്ച നിലയിൽ കത്തിയുമുണ്ടായിരുന്നു. വരാന്തയിലും സന്ദർശക മുറിയിലും അതിൽ നിന്നും അരക്കൊലിച്ച് വീഴുന്നുണ്ടായിരുന്നു. ചക്ക താങ്ങി അകത്തേക്കു പോകുന്നതിനിടയിലവർ നിമിത കേൾക്കാനെന്നവണ്ണം പറഞ്ഞു "മദറിപ്പം വരും. മോളിരിക്കേയ്..." അല്പസമയത്തിനകം അകത്തുനിന്നും ഒരുകെട്ട് ചകിരിയുമായി വീണ്ടും വന്ന അവർ നിലത്തിറ്റുകിടന്ന അരക്കൊപ്പിയെടുത്തു. ഓരോ തവണ അവരവിടേക്കു വരുമ്പോഴും വരാന്തയിലേക്കു കയറുന്ന ഒറ്റ സിമന്റുപടിയിലെ ചവിട്ടിയിൽ പരപരാ കാലുതൂക്കുന്ന ശബ്ദം കേൾക്കാമായിരുന്നു. നിമിതയിരുന്നിരുന്ന ബെഞ്ചിനഭിമുഖമായി ഭിത്തിയിൽ ഓമനത്തം തുളുമ്പുന്ന ഒരു പെൺകുട്ടിയുടെ ചിത്രമുണ്ടായിരുന്നു. വെള്ള ഫ്രോക്കും വെള്ള ഷൂവും വട്ടത്തൊപ്പിയുമണിഞ്ഞ് പൂവിനെ സ്പർശിച്ചുകൊണ്ടുനില്ക്കുന്നൊരു കുട്ടി. അതിനുതാഴെ ആംഗലേയ ഭാഷയിൽ വിസിറ്റേഴ്സ് റൂം എന്നെഴുതിയിരുന്നു. അതിനപ്പുറത്തായി സിറിയക് ഭാഷാപദങ്ങളുടെ നീണ്ടനിര കണ്ടു. വായിച്ചു മനസ്സിലാക്കാനറിയില്ലെങ്കിലും അത് സിറിയക് ആണെന്നു നിമിതയ്ക്കറിയാം. കാരണം ഡിഗ്രിക്കു പഠിക്കുമ്പോൾ സിറിയക് രണ്ടാംഭാഷയായി പഠിച്ചിരുന്ന രണ്ടുമൂന്നു കൂട്ടുകാരികൾ അവൾക്കുണ്ടായിരുന്നു. നീണ്ടകാത്തിരിപ്പിനിടയിലങ്ങനെ ആ മുറിയുടെ മുക്കും മൂലയും ചുമരുകളിലെ ഒരു പൊട്ടോ പൊടിയോ സഹിതം നിമിത അരിച്ചുപെറുക്കികഴിഞ്ഞിരുന്നു. എത്രയെന്നുവച്ചാണിങ്ങനെയിരിക്കുക...

അവൾ അക്ഷമയായി. കാശുണ്ടെങ്കിലൊരു താമസസൗകര്യം കണ്ടുപിടിക്കുക നിസ്സാരമാണെന്നാണ് ആദ്യം ധരിച്ചിരുന്നത്. ഹോസ്റ്റലായ ഹോസ്റ്റൽ മുഴുവൻ അന്വേഷിച്ചുനടന്ന് പൊടിച്ച ഓട്ടോക്കാശ് ചില്ലറയൊന്നുമല്ല. അവസരം കിട്ടിയാൽ മനുഷ്യരെ അറുത്തുകൊല്ലുന്നവരാണ് ഓട്ടോക്കാർ. മീറ്റർ ഘടിപ്പിച്ച ഓട്ടോയാണെന്നു കരുതി ചെന്നുകയറുമ്പോഴല്ലേ രസം. സ്ഥലമെത്തുമ്പോൾ മീറ്റർ ചാർജ്ജ് കൊടുത്താൽ പോരാ, അഞ്ചോ പത്തോ കൂടി അധികം നല്കണം. ഇല്ലെങ്കിൽ അപേക്ഷയായി, കാലുപിടിക്കലായി, അതുമേശിയില്ലെങ്കിൽ യാത്രക്കാരനു തെറിയഭിഷേകവും 'ഇനി വരുമ്പോൾ നിന്നെ എടുത്തോളാം' എന്ന ഭീഷണിയും. എല്ലാം സഹിക്കാം. ഇവറ്റകളുടെ ആഭാസത്തരമാണ് അസഹനീയം. ലഹരിമരുന്ന് ഇടയ്ക്കിടെ കൈവെള്ളയിൽവെച്ച് അമർത്തി നാവിനടിയിൽ തിരുകും. കൂടിയ ഇനം ലഹരിപദാർത്ഥമിപ്പോൾ മിഠായി രൂപത്തിൽ ചീപ്പ് വിലയ്ക്ക് നഗരത്തിലിറങ്ങിയിട്ടുണ്ടെന്ന് ഇന്നലെ ബസിലിരിക്കുമ്പോൾ മീശ കുരുത്തിട്ടില്ലാത്ത രണ്ടു സ്കൂൾ പിള്ളേർ പരസ്പരം പറയുന്നതുകേട്ടു.

"ഉച്ചപ്രാർത്ഥനയ്ക്കുശേഷം ചെല ദെവസങ്ങളില് മദറും സിട്ടർമാരും ചാപ്പലില് ധ്യാനത്തിലിരിക്കും. പിന്നെ കൊറച്ചായേ പൊറത്തിറങ്ങത്തൊള്ള്... അതുകൊണ്ടാ വൈകണത്" അവളുടെ ചിന്തകളെ മുറിച്ചുകൊണ്ട് കൊട്ടൻ തേങ്ങ പാറപ്പുറത്തുതട്ടി ഉടയുമ്പോലെ അവരുടെ ശബ്ദം വന്നുവീണു. ഇപ്രാവശ്യം അടുക്കളക്കാരി ഒരു കുട്ടയിൽ കുറച്ചു വാഴക്കന്നുകളും മൺവെട്ടിയുമായി പുറത്തേക്കു പോകുകയായിരുന്നു.

"ഉം" നിമിത അലക്ഷ്യമായൊന്നു മൂളി.

'സിട്ടർമാർ' എന്നവർ പറയുന്നത് സിസ്റ്റർമാരെക്കുറിച്ചാണ്. എന്തായാലും ഇവർ സ്ഥിരമായി നാക്കുവടിക്കുന്ന ആളല്ല. എങ്കിലവർ സ്ഫുടമായി 'സിസ്റ്റർമാർ' എന്നുതന്നെ പറയുമായിരുന്നു. നിമിത അവരെ ആകെയൊന്നുഴിഞ്ഞു. തടിച്ച് വെളുത്ത് പൊക്കമുള്ള അവരുടെ ദേഹമാസകലം വൃത്തിയില്ലായ്മയുടെ ഒട്ടൽ കാണാമായിരുന്നു. മുഖത്തവിടവിടെ ചെതുമ്പൽ പിടിച്ചപോലെ ത്വക്കിനു നിറവ്യത്യാസമുണ്ടായിരുന്നു. മുൻവശത്തെ ഒരു പല്ല് പകുതിമുറിഞ്ഞതും ചിരിക്കുമ്പോൾ വെളിവായ മിക്കപല്ലുകളും കറ വീണതുമായിരുന്നു. ജടപിടിച്ച തലമുടി ഉച്ചിയിലേക്ക് പൊക്കിക്കെട്ടിവച്ചിട്ടുണ്ട്. ഏപ്രണിനു പുറത്ത് മഞ്ഞപ്പൊടിയുടെയും മുളകുപൊടിയുടെയും നിറം പറ്റിപ്പിടിച്ചിട്ടുണ്ട്. ഇരുന്നിരുന്ന് കാലുപെരുത്തു കയറിയതിനാൽ നിമിത ഇരുകാലുകളും മാറിമാറി കുടഞ്ഞുകൊണ്ടിരിക്കുമ്പോഴാണ് മദർ സുപ്പീരിയർ സോഫിയ അവിടേക്കു വന്നത്. മദറിനെ കണ്ടതും എണീറ്റുനിന്ന് അഭിവാദ്യം ചെയ്തു. പ്രത്യഭിവാദനം ചെയ്തുകൊണ്ട് ഗൗരവം മറഞ്ഞു നില്ക്കുന്ന പ്രസന്ന മുഖത്തോടെ അവൾക്കടുത്തേക്കു വന്ന് മദർ ചോദിച്ചു "മോള് വന്നിട്ടിത്തിരി ആയല്ല്യോ?"

"കുറച്ച്..." നിമിത മന്ദഹസിച്ചു.

മദറിന്റെ ശബ്ദം ചടുലവും വ്യക്തവുമായിരുന്നു. അവരുടെ മുഖത്തേക്ക് നോക്കിയാൽ ആദ്യം ശ്രദ്ധയെത്തുക പുരികംവരെ മൂടി നില്ക്കുന്ന കറുത്ത ഫ്രെയിമോടു കൂടിയ കട്ടിക്കണ്ണടയിലേക്കാണ്. ചാരനിറമുള്ള ഉടയാത്ത കുപ്പായമാണവർ ധരിച്ചിരുന്നത്. അതിനുമീതെ കഴുത്തിൽ നിന്നും ഞാന്നു കിടക്കുന്ന കുരിശുമാല. ഇടത്തരം ശരീരപ്രകൃതിയുള്ള മദറിനു കാഴ്ചയിൽ അറുപത്തഞ്ചുവയസ്സ് മതിക്കും. എങ്കിലും നല്ല ചുറുചുറുക്കുള്ള നടത്തവും വർത്തമാനവും. നെറ്റിയിൽ നിന്നല്പം പിന്നിലേക്കിറങ്ങിക്കിടന്ന ശിരോവസ്ത്രത്തിനിടയിലൂടെ നരച്ച മുടിയിഴകൾ കാണാമായിരുന്നു. ശിരോവസ്ത്രം നേരെയാക്കിക്കൊണ്ട് മദർ ചോദിച്ചു. "കാര്യങ്ങളൊക്കെ അറിയാമല്ലോ അല്ലേ."

"ഉവ്വ് മദർ" നിമിത മറുപടി നല്കി.

"എന്നാല് കൊച്ചാ മുറിയൊക്കെ ഒന്ന് കണ്ടിട്ടു വരൂ ...." അതും പറഞ്ഞ് മദർ അകത്തേക്കു നോക്കി നീട്ടി വിളിച്ചു "ബീനാ .... ആ മുപ്പത്തഞ്ചാം നമ്പർ മുറിയുടെ താക്കോലൊന്ന് കൊണ്ടുവരൂ..."

"ദാ വര്ന്ന് മദറേ..." നേരത്തെ കണ്ട വേലക്കാരി താക്കോലുമായി ഓടിവന്നു. നൂറ്റിഎഴുപതു പേരടങ്ങുന്ന ദേവമാതാ ഹോസ്റ്റൽ അന്തേവാസിനികൾ മുപ്പത്തഞ്ചാം നമ്പർ മുറിയെ വിശേഷിപ്പിക്കുന്നത് 'മരണമുറി' എന്നാണ്. ഏകദേശം മൂന്നുവർഷങ്ങൾക്കു മുമ്പ് യൂണിവേഴ്സിറ്റിയിലെ തന്റെ ഡിപ്പാർട്ടുമെന്റ് ലാബിൽ വച്ച് ആത്മഹത്യ ചെയ്ത ഗവേഷക വിദ്യാർത്ഥിനിയായ ആഷ്‌ലിൻ താമസിച്ചിരുന്ന മുറിയാണത്. പില്ക്കാലത്ത് മരണമുറി എന്ന പേരിൽ കുപ്രസിദ്ധി ആർജ്ജിച്ച പ്രസ്തുത മുറിയിൽ പിന്നീടാരും താമസിക്കാൻ തയ്യാറായില്ല. കഴിഞ്ഞ മൂന്നുവർഷമായി പൂട്ടിക്കിടക്കുന്ന മുറിയിലേക്കാണിപ്പോൾ നിമിത എത്തിയിരിക്കുന്നത്. മുറി തുറക്കുന്നതിനിടയ്ക്ക് വേലക്കാരി പറഞ്ഞു "പിള്ളേരെല്ലാമെന്നെ ബീനച്ചേച്ചീന്നാ വിളിക്കുന്നെ. മോളും അങ്ങനെ വിളിച്ചാ മതി. ചില തടിച്ചികളുണ്ട്, എന്നെക്കേറി ബീനാമ്മേ...ബീനാന്റീ... എന്നൊക്കെ വിളിക്കും. അങ്ങനെ വിളിക്കാൻതക്ക പ്രായമൊന്നുമെനിക്കില്ല. എന്റെ മോള് അഞ്ചാംക്ലാസില് പഠിക്കുന്നേയൊള്ള്." മുറിതുറന്നതും എന്തിന്റെയാണെന്ന് വ്യക്തമായിപ്പറയാൻ കഴിയാത്ത നേർത്ത സുഗന്ധം ഇരുവർക്കുമനുഭവപ്പെട്ടു. അകത്തേക്കു കയറിയപ്പോൾ നിമിതയ്ക്കു തോന്നിയത് ഇന്നലെവരെ ആൾത്താമസമുണ്ടായിരുന്ന ഒരു മുറിക്കുള്ളിലാണ് താനെന്നാണ്. ജനാലയ്ക്കഭിമുഖമായി ക്രമീകരിച്ചിരുന്ന കട്ടിലും മേശയും കസേരയും ഒരു പൊടിപോലുമടിക്കാതെ തുടച്ചിട്ട പോലെയുണ്ട്. സീലിങ് ഫാനിലൊരു മാറാലകൂടിയില്ല. നിമിത മുറിയാകെ കണ്ണോടിച്ചിട്ട് തിരിഞ്ഞ് ചോദിച്ചു "ബീനച്ചേച്ചീ... ഇവിടെ ദിവസവും അടിച്ചുവാരുമായിരുന്നല്ലേ..."

"ഏയ് ഇല്ല മോളേ. മൂന്നുവർഷം മുമ്പ് പൊലീസുകാര് തെളിവെടുപ്പിന് വന്നപ്പഴാ ഞാനവസാനമായി ഇതിനകത്ത് കയറിയത്. പിന്നെ ഇന്നാ ഇതു തൊറന്നു കാണണത്."

'അപ്പോൾപ്പിന്നെ ഇതിനകത്തെ അഴുക്കുമുഴുവൻ പൊലീസുകാരുടെ ബൂട്ടിനടിയിൽ പറ്റിപ്പോയതാവും...' നിമിത ആത്മഗതം ചെയ്തു.

"എന്തു വെടിപ്പായിട്ടാ മുറി കെടക്കണത്. സാധാരണ ഇത്രകാലമൊക്കെ അടച്ചിട്ട മുറി തൊറക്കുമ്പോ വല്ലാത്ത പൊടിയും പൂപ്പൽ നാറ്റവുമൊക്കെ ഒണ്ടാകാറുള്ളതാ..." ബീനച്ചേച്ചി അത്ഭുതം കൂറി.

"നമ്മളെല്ലാം പറഞ്ഞുകേട്ടിട്ടുള്ള വിശുദ്ധകളുടെ കബറിടംപോലെ ശുദ്ധമായ ഒരിടം അല്ലേ ചേച്ചീ...." നിമിതയുടെ വാക്കുകളിലും അതിശയം കലർന്നു.

"ങ്ഹാ ... ആശ തീരാതെ മരിച്ച കൊച്ചല്ലേ. ആത്മാവവിടൊക്കെത്തന്നെ ഒണ്ടാവും."

"ആ കുട്ടി എന്തിനാ ആത്മഹത്യ ചെയ്തേ..." അവൾ ഉദ്വേഗപൂർവ്വം ചോദിച്ചു.

"അതേക്കുറിച്ചൊന്നും എനിക്കറിയത്തില്ല മോളേ. ആ കൊച്ചിന് വിഷാദരോഗമുണ്ടായിരുന്നെന്നാ പറയണത്. രാത്രി പന്ത്രണ്ടുമണിക്കു ശേഷമിതുവഴി പോകുമ്പോ ഈ മുറീന്ന് തട്ടുംമുട്ടും കേക്കുമെന്നോ... കരച്ചില് കേക്കുമെന്നോ ഒക്കെപ്പറയുന്നു. അതൊക്കെ ഇവിടത്തെക്കൊറെ കന്നംതിരിഞ്ഞ പെമ്പിള്ളേർ അവളുമാരുടെ കള്ളത്തരം കണ്ടുപിടിക്കാതിരിക്കാൻ വേണ്ടി മെനഞ്ഞൊണ്ടാക്കണതാണ്. ആരും ഇതുവഴി വരാതിരുന്നാലല്ലേ വെളുക്കുവോളം പഠിക്കാനാണെന്നും പറഞ്ഞ് സ്റ്റഡിഹാളിലിരുന്ന് വർത്തമാനം പറയാനും സിട്ടർമാരുടെ ഡൈനിങ്ഹാളിലിരിക്കണ ഫ്രിഡ്ജിൽനിന്നും അണ്ടിപ്പരിപ്പും ഒണക്കമുന്തിരീം അവലോസുപൊടിയുമൊക്കെ അടിച്ചുമാറ്റി തിന്നാനും പറ്റൂ... ഇതൊക്കെ ചെയ്യണത് ആ ലിസിയും കൂട്ടരുമാണ്. ഇന്നാളൊരു ദിവസം പാസ്ക്കോള സിട്ടറിന്റെ ഫീസ്റ്റന്റെയന്ന് പായസം വച്ചിട്ട് ബാക്കി വന്ന അണ്ടിപ്പരിപ്പും മുന്തിരീം രണ്ടുംകൂടി ഏകദേശമൊരുകിലോയോളം വരും... ഞാനാ ഫ്രിഡ്ജില് വച്ചിരുന്ന്. പിറ്റേന്ന് രാവിലെ ചെന്നു നോക്കുമ്പം അതിന്റെ പൊടിപോലുമവിടില്ല. സിട്ടർമാർ എന്നെയല്ലേ സംശയിക്കൂ.... അന്ന് എൽസമ്മ സിട്ടർ എന്നോട് ചോദിക്കുവാണ് "ബീനച്ചേച്ചിയിങ്ങനെ ദിവസവും വണ്ണിച്ചുകയറുന്നത് ബാക്കിവരുന്ന ആഹാര സാധനങ്ങളൊക്കെ ആരും കാണാതെ തിന്നിട്ടാണോ'' എന്ന്. സത്യം പറയാല്ലോ മോളേ അതു കേട്ടപ്പോ എന്റെ ദേഹം പൊള്ളിപ്പോയി. ഞാനല്ലാന്ന് എത്ര പറഞ്ഞിട്ടും സിട്ടർ വിശ്വസിക്കൂല്ല. ഒടുവിൽ "ബീന അങ്ങനെയൊന്നും ചെയ്യില്ല" എന്ന് സോഫിയാമ്മ പറഞ്ഞിട്ടാ എൽസമ്മ സിട്ടർ അടങ്ങിയത്. ആ ലിസിപ്പെണ്ണുണ്ടല്ലോ ഭയങ്കര സാമർത്ഥ്യക്കാരിയാ. എല്ലാ കള്ളത്തരോം ചെയ്തിട്ട് അമിങ്ങിപ്പിടിച്ചിരിക്കും. സോഫിയാമ്മക്കാണെങ്കി ആ പെണ്ണിനെ മുടിഞ്ഞ വിശ്വാസമാണ്. ഇവറ്റകള് പട്ടികളുടെ ജാതിയാ .... എല്ലാം മണത്തറിയും. നമ്മളതുങ്ങളെയെങ്ങാനും നിരീക്ഷിക്കുന്നുണ്ടെന്നറിഞ്ഞാ പിന്നെയീ പരിസരത്തു കാണൂല്ല. എനിക്കവറ്റകളെക്കണക്ക് ഒറക്കമിളച്ചിരിക്കാൻ പറ്റ്വോ. അടുക്കളപ്പണി ഒതുക്കിക്കഴിയുമ്പം പത്തുമണിയാ

വും. പിന്നെ ചെന്നൊറ്റക്കെടപ്പാണ്. പുലർച്ചെ നാലുമണിക്ക് അലാറമടിക്കുമ്പഴാണ് ബോധം വരണത്. ഒരു ദെവസം ഞാൻ എല്ലാത്തിനേം കൈയോടെപിടിച്ച് സോഫിയാമ്മയുടേയും സിട്ടർമാരുടേയും മുമ്പില് നിർത്തും. അന്ന്, ഫ്രിഡ്ജീന്ന് മോഷണം പോയിട്ടുള്ള സകലതിനും ഞാനവറ്റകളെക്കൊണ്ട് കണക്കു പറയിക്കും. മോള് നോക്കിക്കോ..." ബീനച്ചേച്ചിയുടെ പ്രതിഷേധമാളി.

ഹോസ്റ്റലിലെ ഓഫീസ് രജിസ്റ്ററിൽ പേരുചേർത്ത് പണമടച്ച രസീതും വാങ്ങി നിമിത വരുമ്പോഴേക്കും ബീനചേച്ചി വിസിറ്റേഴ്സ് റൂമിലിരുന്ന അവളുടെ ലഗ്ഗേജുകളെല്ലാം മുറിയിലാക്കിയിരുന്നു. പോകാൻ നേരം അവർ ചോദിച്ചു.... "മോക്കിവിടെ ഒറ്റയ്ക്കു കെടക്കാൻ പേടിയൊന്നുമില്ലല്ലോ...?"

"എന്തിനുപേടിക്കണം." നിമിത ചിരിച്ചുകൊണ്ട് ബീനച്ചേച്ചിയെ നോക്കി.

"അഥവാ മോക്ക് ഭയംതോന്നുവാണെങ്കി ചാപ്പലിൽ ചെന്ന് പ്രാർത്ഥിച്ചിട്ട് അവിടെ ഉണ്ണിയേശുവിന്റെ കൈത്തണ്ടയിൽ കോർത്തിട്ടിരിക്കുന്ന കൊന്തകളിൽ നിന്നൊരെണ്ണമെടുത്ത് മുറിയില് വന്ന് ജപിച്ചു കെടന്നാ മതി. കൊന്ത ജപിക്കാതെ കെടന്നാ എനിക്കൊറക്കം വരത്തില്ല. ദൈവവിശ്വാസികളുടെയടുത്ത് ആത്മാക്കൾ അടുക്കൂല്ലാന്നേ..." രഹസ്യം പറയുന്നതുപോലെ ബീനച്ചേച്ചി കുശുകുശുത്തു.

രണ്ട്

പി ജി വിദ്യാർത്ഥിനിയായ മചിത്രയുടെ കുശുമ്പു വർത്തമാനത്തിനു പാത്രമാകാത്തവർ ഹോസ്റ്റലിൽ കുറവാണ്. ചുമ്മാതിരുന്നാൽ വിരുവിരുക്കുന്ന അത്യാവശ്യം മരംകേറികളായ പിള്ളേർ പ്രത്യേകിച്ച് പരിപാടികളില്ലാത്ത വൈകുന്നേരങ്ങളിൽ തങ്ങളുടെ സമയം പോക്കുന്നത് ഹോസ്റ്റൽ മുറ്റത്തെ പേരമരത്തിൽ വലിഞ്ഞുകേറിക്കൊണ്ടാണ്. ഒരു വൈകുന്നേരം റോഷ്നി സക്കറിയ സിസ്റ്റർമാരുടെ തയ്യൽമുറിക്കരികിലായി കായ്ച്ച് നില്ക്കുന്ന പേരയിൽക്കയറി അരവിളവായ കായ്കളിട്ടപ്പോൾ എന്നത്തേയും പോലെ തന്നെ താഴെനിന്ന് പലവിധ സൊറകളിൽ ഏർപ്പെട്ടിരുന്ന മിക്കവാറും പിള്ളേർ ഓടിവന്ന് കായ്കൾ പെറുക്കുകയും തിന്നുകയും ചെയ്തു. അരവിളവുവന്ന കായ്കളുടെ ഇളംമധുരം ആസ്വദിച്ച് കഴിച്ചുകൊണ്ടിരുന്ന രേഖയുടെ അടുത്തു ചെന്നിട്ട് മചിത്ര പറഞ്ഞു "ങ്ഹും പല്ലിൽ കമ്പിയില്ലാത്തതുകാരണം നിനക്കൊക്കെ എന്തുവേണോ തിന്നാല്ലോ. എനിക്കും ഒരുദിവസം വരും. അന്ന് ഞാനും നിങ്ങളുടെയൊക്കെ മുമ്പിൽവച്ച് പേരയ്ക്ക കരുമുരാ കടിച്ചു തിന്നും. അന്നു നീയൊക്കെ എന്നെനോക്കി കൊതിപിടിക്കും!"

ആരും ചൊടിപ്പിക്കാതെ തന്നെ തികച്ചും നിസ്സാരമായ കാര്യങ്ങൾക്ക് എന്തിനാണ് അകാരണമായ വൈരാഗ്യബുദ്ധിയോടെ മചിത്ര സംസാരി

ക്കുന്നതെന്ന് പലർക്കും തോന്നാറുണ്ട്. ക്രമേണ അവളുടെ സ്വഭാവരീതി അങ്ങനെതന്നെയാണെന്ന് മനസ്സിലാക്കിയ ചിലരൊക്കെ മചിത്രയുടെ അത്തരം വർത്തമാനങ്ങളെ അവഗണിച്ചുതള്ളി. എന്നാൽ അങ്ങോട്ടു ചെന്നില്ലെങ്കിലും ഇങ്ങോട്ടുവന്നുകയറുന്ന അവളുടെ രീതികൾ ചിലരെ നന്നായി ശുണ്ഠി പിടിപ്പിച്ചിരുന്നു.

കഴിഞ്ഞ ആഴ്ചയുടെ മുമ്പത്തെ ആഴ്ചയാണ് അതു സംഭവിച്ചത്. മചിത്രയും കൂട്ടുകാരും രാവിലെ പല്ലുതേക്കാനായി രണ്ടാംനിലയിലെ മൂന്നു ഡോർമിറ്ററികൾക്കും കൂടി പൊതുവായുള്ള സിങ്കിനടുത്ത് നില്ക്കുകയായിരുന്നു. നീണ്ട ക്യൂവായതു കാരണം പലരും എല്ലായ്പ്പോഴും ചെയ്യാറുള്ളതുപോലെ പരസ്പരം തിരിഞ്ഞും മറിഞ്ഞും നിന്ന് വർത്തമാനത്തിലായിരുന്നു. പലരോടും പലതും ചോദിക്കുകയും പറയുകയും ചെയ്ത കൂട്ടത്തിൽ ഫരീദയുടെ പുരികത്തിലേക്കു നോക്കി മചിത്ര ചോദിച്ചുവെത്രെ "പുരികം ത്രെഡ് ചെയ്തോ" എന്ന്. ആരെന്തു ചോദിച്ചാലും മറ്റുള്ളവർ തന്നെ എന്തോചെയ്യാൻ വന്നുവെന്ന വിചാരത്തോടെ പ്രതികരിക്കാറുള്ള ഫരീദ തന്റെ സ്വതസിദ്ധമായ ശൈലിയിൽ കടുപ്പിച്ച് "ഇല്ല" എന്നു പറഞ്ഞു. അതു വിശ്വസിക്കാൻ പ്രയാസമാണെന്നും ത്രെഡ് ചെയ്തതുപോലെ തന്നെ പുരികമുണ്ടെന്നും അല്ലാതാകാൻ വഴിയില്ലെന്നും ഫരീദ കള്ളം പറയുകയാണെന്നുമായി മചിത്ര. താഴമ്പൂ നിറമുള്ള ഫരീദയുടെ കൈകാലുകളിലും പുരികത്തും കൃതാവിലും രോമങ്ങൾ ഇടതൂർന്ന് നില്ക്കുന്നതുകാരണം ഹോസ്റ്റലിലെ അവളുടെ വിളിപ്പേര് ചെമ്മരിയാടെന്നാണ്. വരച്ചുവച്ചതുപോലെ മനോഹരമായ അവളുടെ പുരികം ഹോസ്റ്റലിൽ പ്രസിദ്ധവുമാണ്. കണങ്കാലുവരെ എത്തിനില്ക്കുന്ന രോമങ്ങൾ കാരണം ആശിച്ചുവാങ്ങിയ പല ഡ്രസുകളും ഇടാൻ പറ്റുന്നില്ലെന്നും വാക്സു ചെയ്യാതെ പുറത്തിറങ്ങാനാവുന്നില്ലെന്നും ഇടയ്ക്കിടെ വാക്സു ചെയ്യുന്നതുകാരണം കാൽവണ്ണയിലൊക്കെ വേദനയാണെന്നും ഒരിക്കൽ ഫരീദ നിമിതയോടു പറഞ്ഞിരുന്നു. ആയിടയ്ക്കൊരിക്കൽ എന്തുംവരട്ടെ എന്നുകരുതി ഫരീദ തന്റെ ശേഖരത്തിലുണ്ടായിരുന്നൊരു പൂക്കളുടെ ഡിസൈനോടുകൂടിയ ടോപ്പും ഷോർട്ട് ചെക്ക് മിഡിയുമണിഞ്ഞ് കോളേജിലെത്തി. ഫരീദ മൂന്നാം നിലയിലുള്ള തന്റെ ക്ളാസിലേക്ക് പിരിയൻ ഗോവണികൾ കയറുമ്പോൾ രണ്ടാം നിലയിലെ ബാൽക്കണിയിലിരുന്ന ലെജുകുര്യൻ അവളുടെ കാലുകളിൽ നോക്കിയിട്ടൊരു കമന്റ് തട്ടിവിട്ടു "ഹെന്റമ്മോ.... പുറമേക്കിതാണെങ്കിൽ ഗോഡൗണിൽ എന്തായിരിക്കും...!" ലെജുകുര്യൻ കാമ്പസിലെ കുപ്രസിദ്ധ കമന്റടിക്കാരനാണ്. ഏതാനും ദിവസങ്ങൾക്കു മുമ്പ് അവൻ ഏതോ സുന്ദരിയുടെ തുടുത്ത ചുണ്ടത്തു നോക്കിപ്പറഞ്ഞു പോലും പട്ടുറോസ വിടർന്നു നില്ക്കുന്നതുകണ്ടാൽ ആരാണ് ചുംബിക്കാൻ കൊതിക്കാത്തതെന്ന്. ഹോസ്റ്റലിലെ പിള്ളേർ പരനാറികളുടെ പേരുപറയുന്ന കൂട്ടത്തിലെല്ലാം ലെജുകുര്യനെന്ന പേരും കടന്നുവരാറുണ്ട്. മിക്കപ്പോഴും അവന്റെ പേര് മാത്രമേ അതിലുൾപ്പെട്ടിരുന്നുള്ളു

താനും. എന്തായാലും അവന്റെ കമന്റ് കേട്ട് തൊലിപൊളിഞ്ഞുപോയ ഫരീദയും വിട്ടുകൊടുത്തില്ല. തന്റെ ക്ലാസ്മേറ്റും കാമ്പസിലെ പേരെടുത്ത ഗുണ്ടയുമായ ടി ടി വിനോദിനെക്കൊണ്ട് ലെജുകുര്യന്റെ കരണത്തു പടപടാന്ന് അഞ്ചു പൊട്ടിപ്പിക്കുകയും മുട്ടൻ തെറി വിളിപ്പിക്കുകയും ചെയ്തു. ഈ ഗുണ്ടയ്ക്ക് അടി, തൊഴി, തെറിവിളി തുടങ്ങിയവ നല്ല കാര്യങ്ങൾക്കു മാത്രമേയുള്ളു. മറ്റുസ്വഭാവദൂഷ്യങ്ങളില്ല. ഇനിമേലിൽ ഇത്തരം ചെറ്റവർത്തമാനം തന്റെ ക്ലാസിലെ പെൺപിള്ളേർക്കുനേരെ ഉണ്ടായാൽ ഡാഷ് മോനേ... നിന്റെ പല്ലടിച്ചു പറിക്കുമെന്ന താക്കീതോ ടെയാണ് ടി ടി വിനോദ് തെറിവിളി നിർത്തിയത്. അന്നേരം കാര്യങ്ങൾ കണ്ടും കേട്ടും നിന്ന പെൺപിള്ളേർ ടി ടി വിനോദിനെ നോക്കി അറിയാ തെ പറഞ്ഞുപോയി. "ചുമ്മാതല്ല.... സ്ത്രീശാക്തീകരണം പുരുഷനിലൂ ടെയേ സാദ്ധ്യമാകൂവെന്ന് പറയുന്നത്." പുരികത്തെച്ചൊല്ലി മചിത്രയും ഫരീദയും തമ്മിൽ തർക്കം മൂക്കുകയും തന്റെ രോമത്തിൽ തൊട്ടുള്ള കളി വെച്ചുപൊറുപ്പിക്കില്ലെന്ന് പ്രഖ്യാപിച്ചുകൊണ്ട് മൂക്കിൻ തുമ്പത്ത് ദേഷ്യം കയറിയ ഫരീദ, മചിത്രയുടെ മേൽച്ചുണ്ട് ചേർത്തൊരിടിവെച്ചു കൊടുക്കുകയും ചെയ്തു. ഉന്തി നില്ക്കുന്ന പല്ലുകൾ താഴാനായി മുക ളിലും താഴെയുമിട്ടിരുന്ന കമ്പിയുടെ മുള്ളുകളിൽ ഇടിയുടെ ആഘാത ത്തിൽ ചുണ്ട് കോർത്തിട്ട് രക്തം കുടുകുടെ ഒഴുകി. നിർണ്ണായക ഘട്ട ത്തിൽ പ്രതികരിക്കുവാനുള്ള മനുഷ്യന്റെ കഴിവില്ലായ്മകൊണ്ടാണോ അതോ മചിത്രയ്ക്ക് ഒന്നുകിട്ടേണ്ടതായിരുന്നു എന്നതിനാലാണോ എന്ന റിയില്ല ആരും ഫരീദയെ തടഞ്ഞില്ല. ഒരു കുശുമ്പിയും ഒരഹങ്കാരിയും തമ്മിൽ വാക്കേറ്റമുണ്ടായാൽ സംഭവിക്കാവുന്ന സ്വാഭാവികമായ കാര്യം മാത്രമാണ് മചിത്രയ്ക്കും ഫരീദയ്ക്കുമിടയിലുണ്ടായതെന്നാണ് ഇരുവ രുടേയും സുഹൃത്തുക്കളല്ലാത്ത നിഷ്പക്ഷമതികളുടെ സംസാരം. പഴു ത്തളിഞ്ഞ ചുണ്ടുമായി കുറെ ദിവസങ്ങൾ പല്ലുപോലും തേയ്ക്കാനാ വാതെ തള്ളിനീക്കിയ മചിത്രയുടെ ചുണ്ട് സുഖപ്പെട്ടിട്ട് ദിവസങ്ങളേ ആയുള്ളു.

"നിനക്കതോർമ്മയുണ്ടല്ലോ... അല്ലേ മചിത്രാ... ങ്ഹാ..." തന്നെ മര ണമുറിയുടെ കാവല്ക്കാരി എന്നു വിശേഷിപ്പിച്ച മചിത്രയോട് അനിഷ്ടം വ്യക്തമാക്കിക്കൊണ്ട് നിമിത ചോദിച്ചു.

"നിമിതാ ... എന്നാലും നിനക്കാമുറി ഒഴിവാക്കാമായിരുന്നു. അതിൽ ആളു താമസിക്കുന്നത് അശുഭലക്ഷണമാണെന്നാ കുട്ടികളെല്ലാം പറ യുന്നത്. നീയാ മുറിയിൽ താമസമാക്കിയതോടെ അടച്ചിട്ട ആത്മാവ് പുറത്തു ചാടിയെന്നും അതിവിടെ ദുരന്തമുണ്ടാക്കുമെന്നുമാണ് എല്ലാ വരും പറയുന്നത്" ഷെറിന്റെ വാക്കുകളിൽ ഭയം കലർന്നു. മചിത്ര തന്റെ ചുണ്ടിൽ തൊട്ടുകൊണ്ട് നിന്നതല്ലാതെ ഒന്നും മിണ്ടിയില്ല.

"ആകാശത്തെ അനവധിപേർ സ്വർഗ്ഗത്തോടുപമിക്കുന്നു. അവരങ്ങ് മുകളിലിരുന്ന് എല്ലാം കാണുന്നുണ്ടെന്ന പറച്ചിൽ വ്യക്തമാക്കുന്നത് മൃത്യുവടഞ്ഞവരുടെ ആത്മാക്കൾ ഗഗനചാരികളായി വരുമെന്നും നക്ഷ

ത്രങ്ങളായി പുനരവതരിക്കുമെന്നുമൊക്കെയല്ലേ. നിതാന്ത നീലിമയിലൂടെ വെള്ളത്തൂവലുകൾപോലെ ഒഴുകി നടക്കുന്ന നിരുപദ്രവകാരികളായ ആത്മാക്കൾ ....” നിമിത കണ്ണിമയ്ക്കാതെ അകലങ്ങളിൽ മനസ്സർപ്പിച്ചു.

“ഓ അതെല്ലാം കൂടി ചേർന്നതാവും വെള്ളമേഘക്കെട്ടുകൾ” മചിത്ര നിമിതയെ പരിഹസിച്ചു.

“അപ്പോൾ കറുത്തമേഘങ്ങളോ...” സോന മചിത്രയെ നോക്കി.

“അത് അസുരജന്മങ്ങളുടെ ആത്മാക്കളും വെളുത്തത് ദേവഗണത്തിൽപ്പെട്ടവരുടേതും” മചിത്ര പറഞ്ഞതുകേട്ട് ഷെറിനും സോനയും തലയറഞ്ഞ് ചിരിക്കാൻ തുടങ്ങി. മുറ്റത്തെ ബെഞ്ചിലിരുന്ന് പുസ്തകം വായിക്കുകയായിരുന്ന നിമിത അതു മടക്കിവച്ചിട്ട് മൂവരോടുമായി പറഞ്ഞു “എന്തായാലും നിങ്ങളേക്കാൾ ഭേദമാണ് ആത്മാക്കൾ. ജീവനോടെ വന്നുനിന്നിങ്ങനെ മനുഷ്യന്റെ ഏകാഗ്രതയെ തകർക്കില്ലല്ലോ...” കലികയറിയ നിമിത പുസ്തകവുമെടുത്ത് അവർക്കരികിൽനിന്നും അകലേക്കു മാറിയിരുന്നു.

“എന്റെ ബലമായ സംശയം ഇവളിൽ ആത്മാവ് പ്രവേശിച്ചിട്ടുണ്ടെന്നാണ്....” നിമിതയെ നോക്കി മചിത്ര ഷെറിനോടും സോനയോടുമായി പറഞ്ഞു.

ആഷ്‌ലിനെക്കുറിച്ച് ബീനച്ചേച്ചിയിൽ നിന്നുള്ള കേട്ടറിവുമാത്രമേ നിമിതയ്ക്കുള്ളു. എങ്കിലും അവൾക്കിപ്പോൾ ആഷ്‌ലിനോട് സ്നേഹമാണ്. മുറി വൃത്തിയാക്കാൻ വന്നപ്പോഴൊരിക്കൽ ബീനച്ചേച്ചി പറഞ്ഞു: “ആ കൊച്ചുള്ളപ്പോ എനിക്കീ മുറി അടിച്ചുവാരേണ്ടി വന്നിട്ടേയില്ല. അതിന്റെ മനസ്സുപോലെ തന്നെ വൃത്തിയും വെടിപ്പുമൊള്ളതായിരുന്ന് ഈ മുറി. ആ കൊച്ചിന് വിഷാദരോഗമുണ്ടായിരുന്നെന്ന് ആരു പറഞ്ഞാലും ഞാൻ വിശ്വസിക്കൂല്ല.”

“അതെന്താ?” നിമിത ചോദിച്ചു

“ആ കൊച്ച് എന്നുമെന്നോട് സംസാരിക്കുന്നതല്ലേ. മരിക്കുന്നതിന്റെ തലേന്നും ഭക്ഷണം കഴിഞ്ഞിട്ട് എന്നും വരാറുള്ളതുപോലെ അടുക്കളേല് വന്ന് ഫ്ളാസ്കില് ചൂടുവെള്ളോം വാങ്ങിച്ച് എന്നോട് ഗുഡ്നൈറ്റും പറഞ്ഞിട്ടാ പോയത്. അതങ്ങനെ വലിയ ബഹളോന്നും വയ്ക്കുന്ന ജാതിയല്ല. ആവശ്യത്തിനു എല്ലാരോടും മിണ്ടുകേം ചിരിക്കുകേം ചെയ്യും. നന്നായി പഠിക്കുന്ന കൊച്ചല്ലാരുന്നോ. ഇത്തിരി സമയംപോലും പാഴാക്കൂല്ല. എപ്പോഴും എന്തെങ്കിലും വായിച്ചോണ്ടിരിക്കും.”

“ഇനി പ്രണയപരാജയമോ മറ്റോ?” നിമിത സംശയം പറഞ്ഞു.

“ഏ ... ഇല്ല. ആ കൊച്ചിന് അങ്ങനെയുള്ള സ്വഭാവങ്ങളൊന്നുമില്ലായിരുന്ന്. സുന്ദരിക്കൊച്ചല്ലേ....അതിന്റെ പിന്നാലെ പലരും നടന്നുകാണും. പക്ഷേ, അത് ആണുങ്ങളോട് അടുക്കുന്ന മാതിരിയൊള്ള കൊച്ചൊന്നുമല്ലായിരുന്ന്. ഇവിടെ വന്ന കാലത്ത് ആദ്യമൊക്കെ ഒപ്പം റിസർച്ച് ചെയ്തിരുന്ന സ്മൃതിക്കൊച്ചുമായി വലിയ അടുപ്പമായിരുന്ന്, കഷ്ടിച്ച് ഒരു വർഷം. എന്തോ ചെറിയ പെണക്കമാണ്. പിന്നീടുള്ള രണ്ടുവർഷം അവർ

തമ്മിൽക്കണ്ടാൽപോലും മിണ്ടില്ലാർന്ന്. മൂന്നാംവർഷം റിസർച്ച് പൂർത്തിയാക്കിയ സമയത്താണ് ആ കൊച്ച് കടുംകൈ ചെയ്തത്. സ്മൃതിക്കൊച്ച് മരിച്ച് കെടക്കണെ ആഷ്‌ലിനെക്കണ്ടിട്ട് അലറിവിളിച്ചായിരുന്ന് കരച്ചിൽ. സ്മൃതിക്കൊച്ചിനെ അറിയത്തില്ല്യോ... അമ്പത്തിമൂന്നാം നമ്പർ മുറിയിൽത്താമസിക്കണ ഇരുനിറമുള്ള പൊക്കമുള്ള .... അതിപ്പോൾ എന്തോ...ഒര്.....ഒര്...ഫെല്ലോയാണ് " ബീനചേച്ചി വാക്കിനായി പരതി.

"പോസ്റ്റ് ഡോക്ടറൽ ഫെല്ലോ..."നിമിത പൂരിപ്പിച്ചു.

"ങ്ഹാ .... അത് തന്ന." ബീനചേച്ചിക്കങ്ങനെയാണ് ചില വാക്കുകൾ നന്നായി വഴങ്ങും. ചിലത് നാവിൽനിന്നു ചാടും.

"ചേച്ചീ .... ഇനി സ്മൃതിക്കിതിലെന്തെങ്കിലും പങ്ക്?"

"സംശയം അങ്ങനെയും നീണ്ട്. ഇരുവരും ഒരിടത്താണല്ലോ റിസർച്ച് ചെയ്തിരുന്നത്. പൊലീസ് ആ കൊച്ചിനെയാണ് കൂടുതൽ ചോദ്യം ചെയ്തത്. ഹോസ്റ്റലിലും പഠിക്കുന്നയിടങ്ങളിലും പിള്ളേർ തമ്മിലൊള്ള പെണക്കം സാധാരണ കാര്യമല്ലേ. മാത്രമല്ല അവര് തമ്മിൽ അകന്നിട്ട് ഏതാണ്ട് രണ്ടുവർഷം കഴിഞ്ഞാണ് ഈ സംഭവം നടക്കണത്. എന്റെ മരണത്തിൽ ആർക്കും പങ്കില്ലായെന്നും വീട്ടുകാരും മറ്റുള്ളവരും എന്നോട് ക്ഷമിക്കണമെന്നുമൊക്കെ ആ കൊച്ച് ആത്മഹത്യാക്കുറിപ്പെഴുതി വച്ചിര്ന്ന്."

"പിന്നെ എന്തിനാവും അവളാത്മഹത്യ ചെയ്തത്?"

"അതാക്കൊച്ചിന്റെ വിധിയായിരിക്കും മോളേ... തലവര മാറ്റാൻ നമുക്കാവില്ലല്ല്. ഒരു കാരണോമില്ലാതെ നിന്ന നില്പ്പില് എത്രയെണ്ണം ജീവനൊടുക്കുന്ന്..... എന്റെ കാര്യം തന്നെ കണ്ടില്ലേ.... ഏത് നിലയ്ക്ക് ജീവിക്കേണ്ടവളായിരുന്ന്. എന്നിട്ടെവിടെയെത്തി. ദേ .... അടുക്കളേ ക്കെടന്ന് കരീംപൊരീം കൊള്ള്ണ് .... കർത്താവേ .... നീ ഓരോരുത്തർക്കും എന്താ വിധിച്ചതെന്ന് നിനക്കല്ലേ അറിയൂ..." ബീനച്ചേച്ചി മുകളിലേക്ക് നോക്കി. ബീനച്ചേച്ചി എപ്പോഴുമങ്ങനെയാണ് ഗൗരവമായി സംസാരിച്ചുവന്ന് സംഭാഷണമവസാനിപ്പിക്കുക തന്റെ തന്നെ വിധിയെപ്പഴിച്ചുകൊണ്ടാണ്.

പുസ്തകവും മടക്കിപ്പിടിച്ച് നിമിത ആളൊഴിഞ്ഞ പേരയ്ക്കു സമീപത്തേക്കു നടന്നു. പേരത്തണലിൽ പുഷ്ടിപ്പെട്ട സൗഹൃദങ്ങളെത്രയാവും ....എത്ര പിള്ളേരുടെ ദിവാസ്വപ്നങ്ങൾക്കു സാക്ഷിയായ മരംകേറൽ വിനോദത്തിനു പാത്രമായ മഹത്തായ പേരയാണീ നില്ക്കുന്നത്. നിമിതയ്ക്കതിനോട് വല്ലാത്ത ബഹുമാനം തോന്നി. അരികിൽ ചെന്നവൾ ചാഞ്ഞുകിടന്ന ശാഖികളിൽ തലോടി തളിരിലകളിൽ മുത്തമിട്ടു. ആഷ്‌ലിനും സായാഹ്നങ്ങളിൽ ഇതിനടുത്തെത്തിയിട്ടുണ്ടാകും. ഈ പേരച്ചുവട്ടിൽ ഇരുന്നിട്ടുണ്ടാകും. കാറ്റിലാടുന്ന ഇലകളുടെ നേർത്ത മർമ്മരത്തിൽ ഏകാഗ്രത വെടിയാതെ പുസ്തകം വായിച്ചിട്ടുണ്ടാകും....' നിമിത പേരച്ചുവട്ടിലിരുന്ന് പുസ്തകം വായിക്കാൻ തുടങ്ങി.

മൂന്ന്

"അയ്യോാാ .... മദറേ .... ഓടിവാ .... അയ്യയ്യോ ... എല്ലാം പോയേ .... എൽസമ്മ സിട്ടറേ ..... ഓടിവായോ ..." അതിരാവിലെ പിള്ളേരുടെ ഉറക്കത്തെയും കന്യാസ്ത്രീകളുടെ പുലർകാല പ്രാർത്ഥനയെയും തടസ്സപ്പെടുത്തിക്കൊണ്ട് ബീനച്ചേച്ചിയുടെ കാറലുയർന്നു.

"എന്താ ബീനേ .... എന്തുപറ്റി ...." അമ്പരന്നോടി വന്ന മദർ അടുക്കളമുറ്റത്തെ അലക്കുകല്ലിൻമേൽ തലയ്ക്കു കൈയും കൊടുത്തിരിക്കുന്ന ബീനച്ചേച്ചിയോട് തിടുക്കപ്പെട്ട് ചോദിച്ചു. പിന്നാലെ വന്ന സിസ്റ്റർമാരും പിള്ളേരും ഒരെത്തുംപിടിയും കിട്ടാതെ ബീനച്ചേച്ചിയെ നോക്കി.

"മദറേ .... എല്ലാം പോയി. നമ്മള കോഴികളെല്ലാം രക്തത്തിൽക്കുളിച്ച് കെടക്കണ്. ഞാൻ തീറ്റ കൊടുക്കാൻ ചെന്നപ്പോ എല്ലാം ചത്തുമലച്ച് കെടക്കണതാണ് മദറേ കണ്ടത്. വാതില് തൊറന്ന് കെടപ്പൊണ്ടായിര്ന്ന് ..... ഒരൊറ്റയെണ്ണോം ജീവനോടെയില്ല....."

"ബീനേ നീ വന്നേ....." മദർ ബീനച്ചേച്ചിയേയും കൂട്ടി വേഗം അച്ചൻമാരുടെ മഠത്തിനു തൊട്ടടുത്തുള്ള പൗൾട്രിഫാമിലേക്ക് ചെന്നു. രക്തക്കളത്തിൽ വെള്ളപ്പുതപ്പു വലിച്ചിട്ടതുപോലെ ചത്തുകിടക്കുന്ന കോഴികളെക്കണ്ട് മദർ നെഞ്ചത്തുകൈവച്ചു "ഈശോയേ .... ആരാ ഈ പാതകം ചെയ്തത്."

"വല്ല പട്ടിയോ ഊളനോ ആണെങ്കി എന്തായാലും വാതില് തൊറന്നൊന്നും കേറൂല്ല. ഇത് മനുഷ്യന്മാരൊപ്പിച്ച പണിയാണ്" ബീനച്ചേച്ചി ആകെ വിരണ്ട ശബ്ദത്തിൽ പറഞ്ഞു. മദർ പെട്ടെന്നു തുറന്നുകിടന്ന വാതിലിൽ തൂങ്ങുന്ന ചങ്ങലയിൽകോർത്ത പൂട്ടിലേക്കു നോക്കി. പൂട്ടിനൊരു കേടുപാടും സംഭവിച്ചിട്ടില്ല. ആരോ തുറന്നു കയറിയിട്ട് വാതിൽപ്പാളിയിൽ തിരികെയിട്ട നിലയിലായിരുന്നുവത്. "തൊമ്മിച്ചന്റേയും ബീനയുടേയും കൈയിലല്ലേ താക്കോലുള്ളു. പുറമേ നിന്നാരെങ്കിലും വന്നാൽ പൂട്ടു പൊളിഞ്ഞു കിടക്കേണ്ടതല്ലേ....." മദർ സംശയിച്ചു.

"ബീനേ .... നീയാ തൊമ്മിച്ചനെ പോയൊന്ന് വിളിച്ചേ...."

ബീനച്ചേച്ചി പള്ളിമേടയിലേക്കോടി. "തൊമ്മിച്ചോ... തൊമ്മിച്ചോ...." ഉച്ചത്തിൽ വിളിച്ചുകൊണ്ടവർ പലതവണ വാതിലിൽ മുട്ടിയെങ്കിലും യാതൊരു പ്രതികരണവുമുണ്ടായില്ല.

"മദറേ .... തൊമ്മിച്ചൻ വാതിലു തൊറക്കുന്നില്ല" ബീനച്ചേച്ചി പരിഭ്രമിച്ചു.

"എന്നാൽ നീയിങ്ങു പോന്നേ ബീനേ ... നേരം വെളുക്കട്ടെ. ആ ജെറാൾഡിനോടെങ്ങാനും വിളിച്ചു കാര്യം പറയാം." ബീനച്ചേച്ചിയുടെ കാറൽ കേട്ടിറങ്ങിയ പിള്ളേരെല്ലാം പൗൾട്രിഫാമിനുള്ളിൽ രക്തത്തിൽക്കുളിച്ചു കിടക്കുന്ന കോഴികളെക്കണ്ട് പെട്ടെന്നു കണ്ണുവലിച്ച് ഉറക്കച്ചടവോടെ ഹോസ്റ്റലിലേക്ക് നടന്നു. "ഹൊ .... നാളത്തെ കോഴിക്കറിയും

പൊറോട്ടയും നഷ്ടമായല്ലോ" അതിനിടയിൽ ആരൊക്കയോ പറയുന്നുണ്ടായിരുന്നു. എല്ലാ ശനിയാഴ്ചയും ഹോസ്റ്റലിൽ വീക്കെൻഡ് സ്പെഷ്യൽ പൊറോട്ടയും കോഴിക്കറിയുമാണ്. ബാക്കിയുറക്കത്തിനായി പുതപ്പിനടിയിലേക്ക് ചുരുണ്ടുകൂടുംമുമ്പ് പിള്ളേർ കോഴിക്കുരുതിയും തൊമ്മിച്ചന്റെ തിരോധാനവുമടക്കമുള്ള സംഭവങ്ങൾ വാട്സ് ആപ്പിലൂടെ മെൻസ് ഹോസ്റ്റലിലെ സുഹൃത്തുക്കളെയറിയിച്ചു. ഇനി എട്ടുമണിവരെ ഉറക്കം. അതു കഴിഞ്ഞാൽപ്പിന്നെ എല്ലാവരും ഹോസ്റ്റൽക്കുളിയുടെ തിരക്കിലാണ്.

ഹോസ്റ്റൽക്കുളി ആരംഭിക്കുന്നത് രാവിലെ എട്ടിനും എട്ടരയ്ക്കുമിടക്കാണ്. അതായത് മെസ് ഹാളിൽ നിന്നും പ്രാതലിനുള്ള മണിയൊച്ച മുഴങ്ങി ഏതാണ്ടരമണിക്കൂർ കഴിഞ്ഞ് സൂര്യപ്രകാശം ഡോർമിറ്ററികളിൽക്കിടക്കുന്നവരുടെ മുഖത്തടിക്കുന്ന നേരത്ത്. ആ സമയം പിള്ളേരുടെ അലാറം ഹോസ്റ്റലിലാകമാനം ശബ്ദമണികളുയർത്തും. അന്നേരം മദറും സിസ്റ്റർമാരും കുർബ്ബാന കഴിഞ്ഞ് വന്ന് പ്രാതൽ കഴിച്ചു തുടങ്ങിയിട്ടുണ്ടാവും. സിസ്റ്റർമാരുടെ കൂട്ടത്തിൽ പിള്ളേർ ഭയങ്കരി എന്നു വിശേഷിപ്പിക്കുന്നത് എൽസമ്മ സിസ്റ്ററെയാണ്. അവരാണ് എല്ലാ ദിവസവും രാവിലെ അലാറമുണ്ടാക്കുന്ന ശബ്ദമലിനീകരണത്തിനെതിരെ ആദ്യം പ്രതികരിക്കുക. നീണ്ടുമെലിഞ്ഞ അവർക്ക് വേഗത്തിൽ നടക്കുമ്പോൾ വില്ലുപോലുള്ള രൂപമാണ്. അവരങ്ങനെ വില്ലുപോലെ വളഞ്ഞു ചെന്ന് ഡോർമിറ്ററികളിലുറങ്ങുന്നവർക്കിട്ട് രണ്ട് മൂന്ന് പൊട്ടിക്കും. അതോടെ കിടന്ന കിടപ്പിൽതന്നെ കൈനീട്ടി തങ്ങളുടെ അലാറം ഓഫ് ചെയ്ത് അവരൊന്നൊന്നായി നിവരും. കുറച്ചുനേരം ബെഡ്ഡിൽ തന്നെയിരിക്കും. ചിലപ്പോൾ അടുത്തടുത്ത ബെഡ്ഡിൽ എണീറ്റിരിക്കുന്നവർ തമ്മിൽ ചെറിയതോതിൽ സംസാരവും തുടങ്ങിയിട്ടുണ്ടാവും. ശേഷം തേച്ചടുക്കിവച്ചിരിക്കുന്ന വസ്ത്രങ്ങളും പേസ്റ്റും ബ്രഷുമെടുത്ത് കുളിമുറിയിലേക്ക് പോകും. അത്തരത്തിൽ നിരവധിപേർ ഒരേസമയത്ത് അവിടെ എത്തിച്ചേരുന്നതിനാൽ നിരന്നിരിക്കുന്ന കുളിമുറികൾക്കുമുമ്പിൽ അതിനോടകമൊരു നീണ്ട ക്യൂ രൂപപ്പെട്ടിരിക്കും. അതിനിടയിൽ പലപ്പോഴും അപ്പോൾ കുളിച്ചുകൊണ്ടിരിക്കുന്ന ആളിനെ "സമയം ഒരുപാടായി ഒന്ന് വേഗമിറങ്ങ്" എന്നോർമ്മപ്പെടുത്തും. ചിലപ്പോൾ അക്ഷമയോടെ "എന്തായിത് പള്ളിനീരാട്ടോ" എന്നു ശകാരിക്കും. കൂടാതെ ഇടയ്ക്കിടെ വാതിലിനിട്ട് മുട്ടുകയും ചെയ്യും. ഇവരാരും തന്നെ തലകുളിക്കാറില്ല. മേലുകഴുകുക മാത്രമാണ് ചെയ്യുന്നത്. കുളി കഴിഞ്ഞയുടൻ ശരീരമാസകലം മോയിസ്ചറൈസിങ് ലോഷൻ പുരട്ടും. അതുകഴിഞ്ഞാൽപ്പിന്നെ ഒരുക്കത്തിന്റെ തകൃതിയാണ്. ആദ്യം തലമുടി ചീകി വിടർത്തിയിട്ട് ജെല്ല് പുരട്ടും. എന്നിട്ട് ഫെയ്സ് വാഷുപയോഗിച്ച് വൃത്തിയാക്കിയ മുഖത്ത് ക്രീമും അതിനുമീതെ ഫൗണ്ടേഷനും റൂഷുമടിക്കും. ഐലൈനറിട്ടു കണ്ണ്

മിനുക്കിക്കഴിഞ്ഞാൽപ്പിന്നെ മസ്ക്കാരകൊണ്ട് കൺപീലികൾ കറുപ്പിക്കലാണ് അടുത്തത്. തുടർന്ന് കൺപോളകളിൽ ഐഷാഡോയിട്ട് നിറം കൊടുക്കും. ശേഷം ലിപ്ലൈനറുകൊണ്ട് അധരങ്ങൾക്ക് ആകൃതി വരുത്തിയിട്ട് അരികുകളിലൂടെ ചോരാതെ ലിപ്സ്റ്റിക് അടിക്കും. അതിനു മുകളിൽ മയവും തിളക്കവും കിട്ടാനായി ലിപ്ഗ്ലോസിട്ടിട്ട് ചുണ്ടുകൾ നുണഞ്ഞ് കൃത്യമായി വ്യാപിച്ചിട്ടുണ്ടെന്നുറപ്പാക്കും. ഒടുവിൽ വസ്ത്രത്തിനനുസൃതമായ ക്യൂട്ടക്സും വളകളും കമ്മലുകളും മാലയുമണിഞ്ഞ് മുടി തലേന്നത്തേതിൽ നിന്നും വ്യത്യസ്തമായ ഫാഷനിലിട്ട് മടമ്പുയർന്ന ചെരിപ്പും ധരിച്ച് ദേഹമാസകലം പെർഫ്യൂമുകളും വാരിപ്പൂശി നടന്നു നീങ്ങുന്ന തരുണീമണികളെക്കണ്ടാൽ ഏതോ കാഴ്ചവസ്തു ഇറങ്ങിവന്ന പോലിരിക്കും. വൈകുന്നേരം വന്നു കയറിയയുടൻ കുളിമുറിയിലേക്കൊരോട്ടമാണ്. തലയ്ക്കുമീതെ വെള്ളംകോരിയൊഴിച്ച് ചമയങ്ങളഴിച്ചു കഴിഞ്ഞാൽപ്പിന്നെ ഭക്ഷണത്തിനുവേണ്ടിയുള്ള വെപ്രാളമാണ്. നിമിതയും രേഖയും ഷെറിനും രാവിലെ തലകുളിക്കുന്ന ശീലമുള്ളവരായിരുന്നു. അതിനാൽത്തന്നെ രേഖ ഹോസ്റ്റൽക്കുളിക്കാരെക്കുറിച്ച് അങ്ങേയറ്റം അവജ്ഞയോടെയാണ് സംസാരിച്ചിരുന്നത്.

മെൻസ്ഹോസ്റ്റലിലെ പതിനേഴാം നമ്പർ മുറിയിലിരുന്ന് തൊമ്മിച്ചനാകെ എരിപൊരികൊണ്ടു "കർത്താവേ .... എന്റെ പണി ഇന്നു തെറിച്ചതുതന്നെ." അടിവയറ്റിലെന്തോ ഉരുണ്ടുകയറുന്നപോലെ ഇരിക്കാനും നില്ക്കാനും കിടക്കാനുമാകാതെ തൊമ്മി വിമ്മിട്ടപ്പെട്ടു.

"എല്ലാത്തിനും കാരണം തൊമ്മിച്ചനാ" ജസ്റ്റിൻ സാമുവൽ നിർദ്ദാക്ഷിണ്യം പറഞ്ഞു.

"ങ്ഹേ.... എന്തോന്നാ" തൊമ്മി വായപൊളിച്ചു.

"അപ്പോഴേ മര്യാദയ്ക്കു ഞങ്ങൾ പറഞ്ഞതല്ലേ അച്ചായനുള്ള പങ്ങ് ഞങ്ങളങ്ങ് തരാം.... അച്ചായന്റെ മുറിയിൽ ചെന്നിരുന്ന് അടിച്ചോളാൻ .... അച്ചായനതു കേൾക്കാതെ അടിച്ച് പിരുന്ന് കോഴിക്കൂടടയ്ക്കാതെ ഇവിടെക്കിടന്നുറങ്ങീട്ട് .... ദേ ... എല്ലാവരും അച്ചായനെ തിരഞ്ഞ് നാലുപാടുമോടുകാ.... ഒടുവിൽ ജെറാൾഡ് സാറ് ഇവിടവും അരിച്ചുപെറുക്കും. അന്നേരം അച്ചായന്റൊപ്പം ഞങ്ങളേം പൊക്കും. ഇനി സസ്പെൻഷനാണോ ഡിസ്മിസ്സലാണോ എന്നേ അറിയാനുള്ളു" ജസ്റ്റിൻ സാമുവൽ തലചൊറിഞ്ഞുകൊണ്ട് വലിച്ചുവാരിയിട്ട സാധനങ്ങൾക്കിടയിലെ കസേരയിലിരുന്നു.

"ഈശോയെ എന്നാ നന്ദികേടായിപ്പറയുന്നെ.... ഒരു പ്രശ്നം വന്നപ്പോ നിങ്ങളെല്ലാം തൊമ്മിയെ തള്ളിപ്പറയുന്നു. കുടിയന്മാരെല്ലാം നന്ദികെട്ടവരാ.. മദ്യത്തിന്റെ കെട്ടുവിട്ടുകഴിഞ്ഞാൽപ്പിന്നെ അവർക്ക് പഴയതൊന്നും ഓർമ്മയുണ്ടാവില്ല. നിങ്ങൾക്ക് വേണോന്ന് തോന്നുമ്പോഴൊക്കെ വാറ്റുചാരായം സംഘടിപ്പിച്ചു തരാൻ ഞാൻ മാത്രമേ കാണൂ...."

തൊമ്മിച്ചൻ ഓർമ്മപ്പെടുത്തി.

“ഓ.... തൊമ്മിച്ചൻ വന്നില്ലായിരുന്നെങ്കിൽ ഞങ്ങളു വല്ല ബീറോ, റമ്മോ അടിച്ചിട്ട് മുറിയടച്ച് കിടന്നേനെ....” രമേഷ് നിസ്സാരമെന്നോണം പറഞ്ഞു.

“തൊമ്മിച്ചനാ വാറ്റിന്റെയും വാളക്കറീടേം രുചി പൊലിപ്പിച്ച് പറഞ്ഞ് ഞങ്ങളെ ഇളക്കിയത്...” രാംകുമാർ കുറ്റപ്പെടുത്തി.

പതിനേഴാം നമ്പർ മുറിയിലെ അന്തേവാസികളായ ജസ്റ്റിൻ സാമുവൽ, രമേഷ് കൃഷ്ണൻ, രാംകുമാർ, പ്രമോദ്, സാബിത്ത് എന്നിവർ മെൻസ്ഹോസ്റ്റലിലെ പേരെടുത്ത കുടിയന്മാരാണ്. ഹോസ്റ്റൽ വാർഡൻ ജെറാൾഡ് സാറ് തരം കിട്ടുമ്പോഴൊക്കെ അവരെ ഉപദേശിക്കും. എന്നാലദ്ദേഹത്തിന്റെ കണ്ണുവെട്ടിച്ച് മിക്കദിവസവും രാത്രി മുറിയിലിരുന്നവർ മദ്യപിക്കും.

“എന്തൊക്കെ വീമ്പു പറച്ചിലായിരുന്നു തൊമ്മിച്ചൻ... അണ്ണ്യാളച്ചന്റെ കോഴികളെ മുഴുവൻ ഒറ്റരാത്രികൊണ്ട് തന്തൂരി അടുപ്പിൽ കയറ്റുമെന്നോ.... ചോദിക്കാൻ വരുന്നവന്മാരുടെ മൂക്കിടിച്ച് പരത്തുമെന്നോ....” സാബിത്ത് കളിയാക്കി.

സെന്റ് ലൂഥറൻ ചർച്ചിലെ പ്രധാനവികാരിയായ ഫാദർ അണ്ണ്യാളന്റെ മേൽനോട്ടത്തിലാണ് മെൻസ്ഹോസ്റ്റലും പൗൾട്രിഫാമും പ്രവർത്തിക്കുന്നത്. പൗൾട്രിഫാമിലെ കാര്യസ്ഥനാണ് തൊമ്മി. ചിലപ്പോഴൊക്കെ സന്ധ്യകഴിഞ്ഞ് രഹസ്യമായി മെൻസ്ഹോസ്റ്റലിൽപോയി പിള്ളേരെ വശത്താക്കി ഇത്തിരി സ്കോച്ചടിക്കുക തൊമ്മിയുടെ ശീലമാണ്. പ്രത്യുപകാരമായി വല്ലപ്പോഴും പിള്ളേർക്കിത്തിരി വാറ്റ് തരപ്പെടുത്തിക്കൊടുക്കും. എന്നും പുലർച്ചെ കോഴികൾക്ക് ആഹാരം കൊടുക്കുന്നത് ബീനച്ചേച്ചിയാണ്. ലേഡീസ് ഹോസ്റ്റലിൽ നിന്നൊരു വരമ്പിറങ്ങിക്കയറിയാൽ പൗൾട്രി ഫാമാണ്. ഫാദർ അണ്ണ്യാളനും കൂട്ടരും എരുമേലിയിലുള്ള ബ്രദർ റോബിൻ തിണ്ടൂർക്കലിന്റെ ഫീസ്റ്റിനു പോയതാണ്. തലേന്ന് ഉച്ചതിരിഞ്ഞ് യാത്ര പുറപ്പെടുമ്പോൾ ഫാദർ അണ്ണ്യാളൻ തൊമ്മിയെ പ്രത്യേകം ഓർമ്മപ്പെടുത്തിയതാണ്. കോഴികൾക്ക് കൃത്യമായ ഇടവേളകളിൽ തീറ്റയും വെള്ളവും നല്കണമെന്നും രാവിലെ കൂടു വൃത്തിയാക്കണമെന്നും അന്നേരം അവറ്റകളെ ഫാമിനുള്ളിലെ മറ്റൊരു കമ്പിക്കൂട്ടിലാക്കണമെന്നും. വാറ്റിന്റെ ലഹരിയിൽ എല്ലാം മറന്നു. വറചട്ടിയിൽ വീണതുപോലെ വേവുകയറി തൊമ്മിച്ചൻ നില്ക്കുമ്പോൾ വാതിലിൽ ശക്തമായി മുട്ടും പിന്നാലെ ജെറാൾഡ് സാറിന്റെ ഘനമേറിയ ശബ്ദവും വന്നു “തൊമ്മീ.... വാതിൽ തുറക്ക്. കോഴികളെ മുഴുവൻ ഊളനു കടിച്ചുകീറാൻ വിട്ടുകൊടുത്തിട്ട് നീയിവിടെയിരുന്ന് കുടിച്ച് സുഖിക്കുവാണോ?”

“അയ്യോ സാറേ .... എന്നോട് പൊറുക്കണം.....” വാതിൽ തുറന്നയുടൻ തൊമ്മി ജെറാൾഡ് സാറിന്റെ കാൽക്കലേക്ക് വീണു. പിള്ളേരഞ്ചും പിടിക്കപ്പെട്ടവരുടെ നിർവ്വികാരതയോടെ നിന്നു.

നാല്

മുൾക്കിരീടം ചൂടി ആകാശത്തേക്ക് കൈകളുയർത്തി തന്നെ ശിക്ഷിച്ചവരോട് പൊറുത്തു കൊടുക്കേണമേയെന്ന് അപേക്ഷിക്കുന്ന യേശുദേവന്റെ വെണ്ണക്കൽ പ്രതിമ സ്ഥിതി ചെയ്യുന്നേടത്തു നിന്നുമാണ് ഇരുവശത്തും വിദ്യാഭ്യാസ സ്ഥാപനങ്ങളുള്ള സ്ഥലത്തിനു നടുവിലൂടെ ദേവമാതാ ഹോസ്റ്റലിലേക്കുള്ള വഴി രണ്ടായി പിരിയുന്നത്. വൃത്താകൃതിയിലുള്ള സിമന്റു തിട്ടയിലെ ക്രൂശിത രൂപത്തിനടുത്തെത്തുമ്പോൾ പിള്ളേർ ആദരവോടെ നെഞ്ചിൽ കുരിശു വരയ്ക്കും. നിമിതയെ കുരിശു വരയ്ക്കാൻ പഠിപ്പിച്ചത് കട്ടിപ്പുരികങ്ങളും ചുവന്ന ചുണ്ടുകളുമുള്ള സുന്ദരിയായ പ്രഭ സിസ്റ്ററായിരുന്നു. മരങ്ങൾ ഇടതിങ്ങിയ വലതുവശത്തു കൂടി നടന്നാൽ മെൻസ് ഹോസ്റ്റലിനു മുമ്പിലൂടെ കൂക്കിവിളികൾ കേട്ടുകൊണ്ട് വിമെൻസ് ഹോസ്റ്റലിലെത്താം. ഇടതുഭാഗത്തെ പൗൾട്രി ഫാമിനു മുമ്പിലൂടെയുള്ള വഴിയേ പോയാൽ നീർച്ചാലുകളൊഴുകുന്ന കമുകിൻ പാടങ്ങൾക്ക് നടുവിലൂടെ ലേഡീസ് ഹോസ്റ്റലിലെത്താം. എന്നാലിപ്പോൾ പ്രഭ സിസ്റ്റർ നിർബ്ബന്ധിച്ചാൽ പോലും നിമിത പൗൾട്രി ഫാമിനു മുമ്പിലൂടെ നടക്കാറില്ല. പൗൾട്രി ഫാമിലെ ദൃശ്യം അവളുടെ ഉള്ളിലൊരു ഭാരമായി കിടന്നു.

ബാല്യത്തിൽ നിമിതയ്ക്ക് നടക്കരുതാത്ത വഴികളിലൊന്നായിരുന്നു വീടിനുസമീപത്തെ ഇടവഴി. അവിടെയൊരു അസ്ഥിത്തറയുണ്ടായിരുന്നു. ആത്മമിത്രം വഞ്ചിച്ചതിന്റെ നൊമ്പരത്തിൽ അമിതമായി കഞ്ചാവടിച്ചു മരിച്ച ശിവന്റെ അസ്ഥിത്തറ. അതിലെപ്പോഴുമൊരു ദീപനാളം കാണാം. ശിവന്റെ വൃദ്ധയായ അമ്മ കൊളുത്തുന്ന ദീപം. നിമിത മുറ്റത്തിറങ്ങിയാലുടൻ മുത്തശ്ശി ഉപദേശിക്കും "ഇടവഴിയിലേക്കൊന്നും പോകരുത്." അസ്ഥിത്തറയ്ക്കടുത്ത് വലിയൊരു പറങ്കിമാവുണ്ട്. പറങ്കിമാവു മറച്ച ആകാശത്തിലൂടെ സാന്ധ്യനാളം വിരിയുന്നത് കാണാമായിരുന്നു. അതു നോക്കിനില്ക്കുമ്പോൾ അതിനപ്പുറത്ത് റെയിൽപ്പാതകളും ട്രെയിനുമുള്ള തിരക്കേറിയ മറ്റൊരു ലോകമുണ്ടെന്ന് അവൾക്ക് തോന്നും. അപരിചിതമായ ആ ലോകത്തെക്കുറിച്ചുള്ള ചിന്തകൾ വിദൂരതയിലെന്തോ നഷ്ടപ്പെട്ട പ്രതീതി കൊച്ചു നിമിതയിലുളവാക്കിയിരുന്നു. ഒരിക്കൽ പറങ്കിമാവിനടുത്ത് ഫണം വിരിച്ച് നിന്നൊരു കരിമൂർഖൻ അവളുടെ കാഴ്ചയെ വല്ലായ്മപ്പെടുത്തി. പൗൾട്രി ഫാമിനു മുമ്പിലെ വഴിയും അവൾക്കിപ്പോൾ നടക്കരുതാത്ത ഇടമാകുന്നു.

വൈകുന്നേരം നിമിത തുണിയലക്കുമ്പോൾ അടുക്കളമുറ്റം തൂക്കുകയായിരുന്ന ബീനച്ചേച്ചി അടുത്തുവന്ന് സങ്കടപ്പെട്ടു "ന്നാലും മോളേ... എന്റെ കണ്ണീന്നത് മായണില്ല. എന്നെ കണ്ടാ അവറ്റകൾക്കൊര് ഇളകിമറിച്ചിലായിര്ന്ന്. തീറ്റ കൊടുക്കുമ്പോ കീയോന്ന് മൂളിയും കൊക്കരക്കീം എന്റെ മേത്ത് ചാടിക്കേറാൻ ഇനി അവറ്റകളില്ലല്ല.... ആഷ്‌ലിൻ മോള് ചെലപ്പോഴൊക്കെ എനിക്കൊപ്പം ഫാമിലേക്ക്

വരുമായിര്ന്ന്. ആ കൊച്ചിനെ കണ്ടാ അവറ്റകള് നെലത്ത് നിക്കില്ല. പിന്നെ അവറ്റകൾക്ക് തീറ്റേം വേണ്ട എന്നേം വേണ്ട. ആ കൊച്ചിനോടൊര് കളിയാണ്. അത് കണ്ട് തന്ന അറിയണം. ആ കൊച്ചും എന്നെപ്പോല തന്നാ.... ഇവിട വന്ന ശേഷോണ് എറച്ചി തീറ്റ നിർത്തിയത്. മനസ്സാക്ഷി യൊള്ളോർക്ക് അതൊന്നും തൊണ്ടേന്നെറങ്ങൂല്ലാന്നേ. കോഴിക്കറീം പോത്തുവരട്ടീതുമൊക്കെ വിളമ്പുന്നേന്റന്ന് ഇവട ഓരോന്നിന്റ മിണുമിണുപ്പ് കാണണം. ഹൊഹ്... എന്ത് കിട്ടിയാലും വിഴുങ്ങുന്ന കൊറേ ജന്മങ്ങള്...."

ഹോസ്റ്റലിലെയും മഠത്തിലെയും ഇറച്ചി ആവശ്യങ്ങൾക്കായി തൊമ്മിയാണ് കോഴികളെ കശാപ്പ് ചെയ്യുന്നത്. ക്രഷറിൽ കയറ്റിയുള്ള തൊമ്മിയുടെ കോഴിക്കശാപ്പ് ഒരിക്കൽ നേരിൽ കാണാനിടയായ ബീനച്ചേച്ചി എല്ലാത്തരത്തിലുള്ള മാംസാഹാരത്തെയും വെറുത്തു. അന്നു തൊട്ടിന്നേവരെ അവർ ഒരു പൂർണ്ണ സസ്യഭുക്കാണ്.

"ഫാമിൽ പുതിയ അതിഥികൾ വന്നെന്ന് കേട്ടു..." നിമിത തിരക്കി.

"ങ്ഹാ... അണ്ണ്യാളച്ചൻ അമ്പത് സെറ്റ് കുഞ്ഞുങ്ങളെ കൊണ്ട് വന്നിട്ടുണ്ട്. ഓഹ്.... ഇതുമാതിരി പുതിയതുങ്ങള് എത്ര വന്നതാ... അവറ്റകൾ വെറും ഇറച്ചിക്കോഴികൾ! ആഷ്‌ലിൻ മോള് പറയുമ്പോലെ ഒന്നുകില് വല്ല മൃഗങ്ങളുടേം വായില് അല്ലെങ്കി തൊമ്മീടെ അറവുശാലയില്. അതുങ്ങളുടെ ഒരു നിയോഗം." അവർക്കിടയിൽ പെട്ടെന്ന് നിശ്ശബ്ദത ഉറഞ്ഞുകൂടി. എന്തോ ആലോചനയിൽ മുഴുകി ദൂരേക്ക് നോക്കിനിന്ന ശേഷം ബീനച്ചേച്ചി തന്റെ പണി തുടർന്നു.

'ചോര കുടിക്കാൻ നരികൾ വീണ്ടും വരുമോ... കോഴിക്കുഞ്ഞുങ്ങൾ പേടിച്ച് കണ്ണു തുറന്നിരിക്കുകയാവും. മരണം കാത്തുകിടക്കുന്ന പാവങ്ങൾ.... അവറ്റകൾക്ക് ഉറക്കവും നഷ്ടപ്പെട്ടിരിക്കുന്നു!' നിമിത വേവലാതിപ്പെട്ടു.

സ്ഥലകാലബോധമില്ലാതെ ഇരുളും വെളിച്ചവും നിറഞ്ഞ ഭിന്നലോകങ്ങളിലായി അവളുടെ മനസ്സ് ഒഴുകി നടന്നു. "ഇപ്പോൾ ഞാൻ നീയാണ്. ആഷ്‌ലിൻ.... നിന്റെ മൗനവും അടക്കവും മുഴുവനായും ഞാൻ കടംകൊണ്ടു. എനിക്കിപ്പോൾ ഞാനാകാൻ കഴിയുന്നില്ല. നീയാകാൻ കൊതിച്ചപ്പോഴൊക്കെ എന്റെ മനസ്സ് എന്നിലേക്കാണ് ചുരുങ്ങിയതെങ്കിൽ ഇപ്പോൾ ഞാനാകാൻ കൊതിക്കുമ്പോൾ പൂർണ്ണമായും നിന്നിലേക്ക് ആവാഹിക്കപ്പെടുന്നു..." അപരസ്വത്വത്തിനും യഥാർത്ഥ സ്വത്വത്തിനുമിടയിലുള്ള അപൂർണ്ണവും അപരിചിതവുമായ സ്വത്വപരിണാമത്തിലൂടെ കടന്നുപോകുമ്പോഴുണ്ടാകുന്ന അപകടതയുടെ തീക്ഷ്ണതയിൽ നിമിത സ്വയം തിരിച്ചറിയാനാകാതെ നട്ടം തിരിഞ്ഞു. തലയ്ക്കുള്ളിൽ എന്തോ ഇളകിമറിയുന്നതുപോലെ .... അവൾ സർവ്വശക്തിയുമെടുത്ത് നിലവിളിച്ചു. ബഹളമയമായിരുന്ന മെസ്ഹാൾ പൊടുന്നനെ നിശ്ശബ്ദമായി. ഭക്ഷണം വിളമ്പുകയായിരുന്ന ബീനച്ചേച്ചിയും സഹായികളും കഴിച്ചുകൊണ്ടിരിക്കുകയായിരുന്ന മദറും സിസ്റ്റർമാരും പിള്ളേരും നിമിതയ്ക്കടുത്തേക്കു കുതി

ച്ചു. വിളമ്പിവച്ച ചോറിനു മീതെ തലകുത്തിക്കിടക്കുകയായിരുന്ന നിമിതയെ പിടിച്ചുയർത്തി ബീനച്ചേച്ചി പറഞ്ഞു "അയ്യോ മദറേ തൊട്ടിട്ട് കൈപൊള്ളണ്. നല്ല പനിയൊണ്ട്."

"നിങ്ങളാ കൊച്ചിനെ മുറിയിലേക്ക് കൊണ്ടുപോ. ഞാൻ ഡോക്ടറെ വിളിക്കട്ടെ" മദർ സുപ്പീരിയർ സോഫിയ ഫോണിനടുത്തേക്കോടി.

ബീനചേച്ചിയും റോഷ്നി സക്കറിയയും ചേർന്ന് നിമിതയെ താങ്ങി മുറിയിലേക്കെടുക്കുമ്പോൾ അവൾ ബോധമില്ലാതെ പുലമ്പിക്കൊണ്ടിരുന്നു "ഒരുപാട് നിറങ്ങൾ ഒരുമിച്ച് കലക്കിയപ്പോൾ കുറച്ചുമാത്രം കൂടിച്ചേരുകയും ബാക്കി വേർപെട്ടുനില്ക്കുകയും ചെയ്യുന്നതുപോലെ. അവ മുമ്പോട്ടും പിമ്പോട്ടും കൂടി മറിഞ്ഞുണ്ടായ അവ്യക്തതപോലെ. എങ്ങനെയാണ് എന്റെ ഈ അനുഭവത്തെ ഞാൻ വിശദീകരിക്കുക. അധികനേരമെനിക്ക് ഈയവസ്ഥയിൽ പിടിച്ചുനില്ക്കാനാവുന്നില്ല .... ഏതാനും സെക്കന്റുകൾ മാത്രമേ എനിക്കിതു നിലനിർത്താനാകുന്നുള്ളു. ഓരോ നിമിഷവും അതിന്റെ ഗാഢത നഷ്ടപ്പെട്ട് വിവർണ്ണമായി ഞാനൊന്നുമല്ലാതായിപ്പോകുന്നു. എല്ലാം കഴിഞ്ഞപ്പോൾ ഒരു ശൂന്യത. ഇപ്പോൾ ഞാൻ ഞാനാണ് .... നിമിത."

പകുതിവെന്ത സൂര്യൻ ജനാലയ്ക്കരികെ വന്നു. മരങ്ങൾ ഈറനണിഞ്ഞ ഒരു പുലരിക്കുശേഷം നേർത്ത പ്രകാശം ഉരുത്തിരിഞ്ഞ ഉച്ചയും കടന്ന് സായാഹ്നം കതിർതൂകി അണയാൻ പോകുന്നു. എത്ര പെട്ടെന്നാണ് ഓരോ ദിവസവും കടന്നുപോകുന്നത്. നിമിത തലയിണ ചെരിച്ചുവച്ച് അതിൽ ചാരിയിരുന്ന് മുറിഞ്ഞണയുന്ന സൂര്യശോഭയിലൂടെ തുടുത്ത മാമ്പഴങ്ങളുമായി നില്ക്കുന്ന മാവിലേക്ക് നോക്കി. അവ തിളങ്ങി. നല്ല ചെമ്പഴുക്ക നിറം! അവൾ കുറച്ചുനേരം കൂടി അങ്ങനെ തന്നെയിരുന്നു. നല്ല ആശ്വാസം തോന്നി. രണ്ടുദിവസമായി പനി നന്നേ കുറവുണ്ട്. മരച്ചില്ലകൾ നാലുപാടും ചാഞ്ഞുകിടക്കുന്ന ആ മാവിൽ സ്ഥിരമായി ഒരു കുയിൽ വന്നിരുന്ന് പാടാറുണ്ട്. പുലർച്ചെ അതിന്റെ നാദം കേട്ടാണ് മിക്കപ്പോഴും നിമിതയുണരുക. മണമുറുന്ന മാമ്പഴക്കാലത്ത് കുയിലിനെക്കൂടാതെ ധാരാളം പക്ഷികൾ മാഞ്ചില്ലകളിൽ വിരുന്നെത്താറുണ്ട്. പക്ഷേ, ആരുവന്നാലും വന്നില്ലെങ്കിലും വെള്ളയിൽ കറുത്ത പുള്ളികളുള്ള കുയിലൻ മുടങ്ങാതെ വരാറുള്ളതാണ്. എന്നാലിന്ന് രാവിലെയും വന്നില്ല. മഴയായതുകാരണം നനഞ്ഞു കുതിർന്ന് കൂട്ടിൽത്തന്നെ വിറച്ചിരിക്കുകയാവുമെന്നാണ് കരുതിയത്. പകൽ നേർത്ത ചൂടുണ്ടായിരുന്നു. ചൂടുതട്ടി തൂവലുണങ്ങിയാൽ വൈകുന്നേരം പാടാൻ പറന്നെത്തുമെന്ന് നിമിത പ്രതീക്ഷിച്ചിരുന്നു. എന്നാലതുമുണ്ടാകാതായപ്പോൾ അവൾ പലതും ചിന്തിച്ചുകൂട്ടി "മഴയത്തതിന്റെ കൂടു തകർന്ന് കുഞ്ഞുങ്ങളെല്ലാം നിലത്തുപോയിട്ട്.... ഏയ് അങ്ങനെയൊന്നുമല്ല....." അവൾ സ്വയം തിരുത്തി. "ഇനി ചിലപ്പോൾ ചോർന്നൊലിക്കുന്ന കൂടു കണ്ടിട്ട് മെച്ചപ്പെട്ടൊരു കൂടു നിർമ്മിക്കുന്ന തിരക്കിലായാലോ ... എന്തായാലും നാളെക്കൂടി കാക്കാം. നാളെയും വന്നില്ലെങ്കിൽ" .....

പെട്ടെന്ന് പലവിധ സങ്കടങ്ങൾ നിമിതയുടെ മനസ്സിലേക്കിരച്ചുകയറി. പിറ്റേന്നും അതിന്റെ പിറ്റേന്നും രാവിലെയും വൈകുന്നേരവും മധുരനാദത്തിനായി നിമിത കാതോർത്തിരുന്നു. പിന്നീടൊരിക്കലും പക്ഷികളുടെ കലപിലകൾക്കിടയിൽ അതുമാത്രമവൾ കേട്ടില്ല. ഇപ്പോൾത്തന്നെ ആ ശബ്ദം കേൾക്കണമെന്നൊരു വാശിപോലെ തനിക്കുപോലും നിയന്ത്രിക്കാനാകാത്തൊരു നിർബ്ബന്ധബുദ്ധിയിൽ മനസ്സും ശരീരവും വേറിട്ടുനിന്ന് ശത്രുക്കളെപ്പോലെ യുദ്ധം ചെയ്ത ഘട്ടത്തിന്റെ ഉച്ചസ്ഥായിയിൽ നിമിത ലാപ്ടോപ്പ് തുറന്ന് ഹെഡ്സെറ്റ് ചെവിയിൽ തിരുകി യു-ട്യൂബിൽ നിന്നൊരു കുയിൽപ്പാട്ട് കേട്ടു.

അഞ്ച്

ജീവിതം തികച്ചും സാധാരണമായി കടന്നുപോകുന്നതിനിടയ്ക്ക് നിമിത ശ്രദ്ധവെച്ച ഒരു കൗതുകമാണ് തന്റെ മുറിയിലെ ചുമർച്ചിത്രങ്ങൾ. അലസമായി കോറിയിട്ട വരപോലെ അവ്യക്തമായ അവയിലേക്ക് അവൾ മനസ്സിനെ ഏകാഗ്രമാക്കിയത് മുറിയടച്ചിരുന്ന് തന്നിലേക്കുചുരുങ്ങിയ കുറച്ചുദിവസങ്ങളിലെ വളരെക്കുറച്ച് സമയങ്ങളിലെപ്പോഴോ ആണ്. ഹോസ്റ്റലിലെ മിക്കമുറികളും അന്തേവാസികളുടെ ചിത്രകലാ ഭാരംപേറുന്നവയാണ്. ബീനച്ചേച്ചി അടിച്ചുവാരാൻ മുറിയിലേക്കുവന്നപ്പോൾ നിമിത അതേക്കുറിച്ച് ചോദിച്ചു. "എന്റെ മോളേ .... ഓരോ എണ്ണവും വെക്കേറ്റ് ചെയ്തു പോകുമ്പം മേട്രന് തലവേദന ഒണ്ടാക്കിയിട്ടാണ് പോണത്. അടുത്തയാൾക്ക് കൈമാറുംമുമ്പ് സോഫിയാമ്മ മുറിയിലൊട്ടാകെ ഒര് പരിശോധന നടത്തും. അപ്പഴാണ് ഇന്നലെവരെ മര്യാദക്കാരായി ചിരിച്ച് പോയ പലവളുമാരുടേയും വികൃത മൊഖം മനസ്സിലാവണത്. എന്റെ കർത്താവേ... ചൊമരില് മുഴുവൻ കടിച്ചാപ്പൊട്ടാത്ത തെറികളല്ലേ.... മദറ് അതിനുമേലെ കുമ്മായം തേയ്ക്കും. ഓരോരുത്തർ മാറുമ്പഴും കുമ്മായം തേച്ച് തേച്ച് അതെല്ലാം കട്ടിപിടിച്ച് അപ്പാടെ പൊട്ടിയിളകി സിമന്റ് വെളിയില് കാണാം. അതുകൊണ്ട് ഇപ്പോ മദറ് കുമ്മായമടി നിർത്തി. പകരം നല്ല കട്ടിക്ക് ചോക്കുകൊണ്ട് വരയ്ക്കും. രണ്ടുമൂന്നു ദെവസം തൊടർച്ചയായി വരച്ചിട്ട് പേപ്പറുവച്ച് ഒട്ടാകെ ഒരു തൂപ്പാണ്. എല്ലാം അതിന്റെ അടിയില് മങ്ങിക്കെടന്നോളും .... ങ്ഹാ .... എന്റെ കൊച്ചേ .... ഇവിടെ നടക്കണെ ഓരോ കാര്യങ്ങള് പറഞ്ഞാല് ....." ഇനിയും വെളിപ്പെടുത്താത്ത കാര്യങ്ങളനേകമുണ്ടെന്ന അർത്ഥത്തിലവർ പറഞ്ഞുനിർത്തി. എവിടത്തെയും അടുക്കളക്കാരികൾ രഹസ്യങ്ങളുടെ ഒരു കലവറയാണെന്ന തന്റെ നിഗമനം നിമിത ഒന്നുകൂടി ഉറപ്പിച്ചു.

"അയ്യോ കൊച്ചേ ...." ബീനച്ചേച്ചി നിന്നനില്പിൽ ഒരൊറ്റ വിളിയായിരുന്നു.

"എനിക്കടുക്കളേല് പിടിപ്പതു പണിയൊണ്ട്. ഞാനില്ലങ്കി മറ്റവളു

മാര് രണ്ടുംകൂടി കൊളമാക്കും. എനിക്കെങ്ങനെയെങ്കിലും മദറിന്റെ വായിലിരിപ്പ് കേപ്പിച്ചുതരണമെന്ന് കൊതിച്ചാണവളുമാര് നടക്കണത്" അടുക്കളയിലെ തന്റെ സഹായികളായ രണ്ടു ചെറുപ്പക്കാരികളെ ലക്ഷ്യംവെച്ച് ബീനച്ചേച്ചി പറഞ്ഞു. ധൃതിയിൽ പോകാനൊരുങ്ങുന്നതിനിടെ ജനാലപ്പടിയിലിരിക്കുകയായിരുന്ന നിമിതയുടെ വാച്ചിലേക്കുനോക്കി മന്ദഹസിച്ചുകൊണ്ട് അവർ ചോദിച്ചു "ഞാനിന്നാള് തൂക്കാൻ വന്നപ്പം അതു കളയാൻ വെച്ചിരിക്കുവാണെന്നല്ലേ മോള് പറഞ്ഞത്. വേണ്ടെങ്കി അതെനിക്ക് തന്നേക്ക്." അതെടുത്തുകൊള്ളാൻ അവൾ ആംഗ്യം കാണിച്ചു. വാച്ചെടുത്ത് മുറിവിട്ടു പോകുമ്പോളവർ ഉച്ചത്തിൽപ്പറഞ്ഞു "മോളേ .... ഞാൻ പിന്നെ വരാം."പിള്ളേരിൽ നിന്നും കിട്ടിയ ഇട്ടുപഴകിയ സാധനങ്ങളും ധരിച്ച് അടുക്കളച്ചേച്ചിമാർ വലിയ പത്രാസിലൊക്കെ പോകുമ്പോൾ നിമിതയ്ക്കവരോട് സഹതാപം തോന്നും.

കോട്ടയത്തെ ബോർഡിങ് സ്കൂളിൽ പഠിക്കുന്ന അഞ്ചാംക്ലാസുകാരിയായ തന്റെ മകളെക്കുറിച്ച് പറയാൻ ബീനച്ചേച്ചിക്ക് നൂറുനാവാണ്. ഒരിക്കൽ നിമിത മകളെക്കുറിച്ച് ചോദിച്ചപ്പോൾ അവർ പറഞ്ഞു "നല്ല ഐശ്വര്യമൊള്ള കൊച്ചാണ്. എന്നെപ്പോലെയൊന്നുമല്ല. വിസിറ്റേഴ്സ് റൂമിലെ ചൊമരിലിരിക്കണ കൊച്ചിന്റെ പടം മോള് കണ്ടിട്ടില്ലേ. അതുപോലെയാണ് എന്റെ മോളിരിക്കണത്. വേനലവധിക്ക് വരും. അപ്പോ മോക്ക് ഞാനെന്റ മോളെ കാണിച്ച് തരാം." പഠനത്തിൽ മിടുക്കിയായ മകളെക്കുറിച്ച് അവർക്ക് വലിയ പ്രതീക്ഷയാണ്. ഇടയ്ക്കിടെ പറയും "മോക്ക് ഐ പി എസ്. എടുക്കണമെന്നാണ് ആഗ്രഹം. കർത്താവ് വിചാരിച്ചാ എല്ലാം നടക്കും." അതുകേട്ടിട്ട്, ബീനച്ചേച്ചി അങ്ങോട്ടുമാറുമ്പോൾ പിള്ളേർ പരിഹസിക്കും "ഉവ്വേ ഉവ്വേ ... ഏതോ വീട്ടിൽ എച്ചിൽ കഴുകാൻ നിന്നപ്പോൾ അവിടത്തെ ആണൊരുത്തൻ എസ് ഐ വയറ്റിലാക്കിക്കൊടുത്തതാ ആ കൊച്ചിനെ. തന്തയെക്കാളും ഒരുപടി മുന്നിൽ മോളു നില്ക്കണമെന്നാ തള്ളയുടെ ഉള്ളിലിരിപ്പ്. അല്ലേ.... ഒരത്യാഗ്രഹമേ....". ഒരിക്കൽ സഹികെട്ടപ്പോൾ നിമിത മചിത്രയെയും കൂട്ടരേയും താക്കീതു ചെയ്തു "മതി. നിർത്ത്. യാതൊരു സങ്കോചവുമില്ലാതെ മറ്റുള്ളവരെ അധിക്ഷേപിക്കാൻ നിനക്കൊന്നും നാണമില്ലേ...."

"ഓ അവർക്കില്ലാത്ത നാണം ഞങ്ങൾക്കുണ്ടായിട്ടിപ്പോ എന്തുകിട്ടാനാ .... നിനക്കറിയാത്തതുകൊണ്ടാ മറ്റുള്ളവരെന്തൊക്കെയാ പറയുന്നതെന്ന്. അവരുടെ മോളില്ലേ ആ കൊച്ചുപെണ്ണ് കാണാൻ എന്തൊരു ഭംഗിയാണെന്നറിയാമോ... ഒറ്റനോട്ടത്തിനറിയാം ഏതോ സുന്ദരൻ തന്തയ്ക്കു പിറന്നതാണെന്ന്. അല്ലാതെപിന്നെ ഈ ചപ്ലങ്ങ മൂക്കുള്ള അടുക്കളക്കാരിക്കെങ്ങനെയാ ബുദ്ധിയും സൗന്ദര്യമുള്ളൊരു കൊച്ചു പിറക്കുന്നെ. നേരാംവണ്ണം ഇവർക്കൊന്നും നല്ലൊരുബന്ധം കിട്ടാൻ സാദ്ധ്യതയില്ല. അതുകൊണ്ട് നല്ലൊരുത്തനെ ചാക്കിട്ടു പിടിച്ചതാവും. ങ്ഹാ... ബീനച്ചേച്ചി അവസരം മുതലാക്കി നന്നായി പണിയെടുത്തൂവെന്നേ ഞങ്ങൾ കരുതുന്നുള്ളു.... അല്ലേ സോനാ".... മചിത്ര സോനയെ നോക്കി

കണ്ണിറുക്കി.

"മനുഷ്യത്വമില്ലാത്ത നീയൊക്കെ പഠിച്ചിട്ട് സമൂഹത്തിനെന്തു കിട്ടാനാ? വേദനിക്കുന്നവനോട് ദയ പ്രകടിപ്പിക്കാത്ത അധമജന്മങ്ങൾ ...നിന്റെയൊക്കെ ഭാവിതലമുറയ്ക്ക് ഇതിനേക്കാൾ മോശപ്പെട്ട അവസ്ഥ വന്നുകൂടെന്നില്ല......" കോപം കൊണ്ടുവിറച്ച നിമിത വെറുപ്പോടെ അവരിൽനിന്നും മുഖം തിരിച്ചു. ഒരു നിമിഷംകൊണ്ട് മചിത്രയുടെയും സോനയുടേയും ചിരിച്ച മുഖം കറുത്തു.

ആറ്

വെറുതെയിരിക്കുന്നവർക്ക് മനോരാജ്യത്തിൽ മുഴുകുകയല്ലാതെ ചെയ്യാൻ പറ്റുന്ന രസകരമായ മറ്റൊരു പണികൂടിയുണ്ട്. അലസമായി എവിടേക്കെങ്കിലും ദൃഷ്ടിപതിപ്പിച്ച് മനസ്സിനെ ശൂന്യമാക്കി വെക്കുക. അതിൽപ്പരം സുഖകരമായൊരനുഭവം വേറൊന്നില്ല. എന്നാൽ അത്തരമൊരവസ്ഥയിലായിരുന്ന നിമിതയുടെ കണ്ണിലേക്ക് സൂക്ഷ്മനിരീക്ഷണം നടത്തുന്ന ഒരാളിനു മാത്രം കണ്ടെടുക്കാൻ സാദ്ധ്യമാകുംവിധം പകർത്തി വച്ച തന്റെ മുറിയിലെ ചുമർച്ചിത്രങ്ങൾ വന്നുവീണുകൊണ്ടിരുന്നു. 'എന്താവും ഈ ചിത്രങ്ങളുടെ അർത്ഥം? ഇതു വരച്ചത് ആഷ്‌ലിനാകുമോ.....അതോ അവൾക്കും മുമ്പ് ഈ മുറിയിൽത്താമസിച്ചിരുന്ന ആരെങ്കിലും....? ആരായിരുന്നാലും ഇനിയൊരുപക്ഷേ നേരംപോക്കിനായി കുത്തിവരച്ചതാണെങ്കിലോ..?' ചിത്രങ്ങളിലേക്ക് കൈയെത്തിച്ചിരുന്ന് തല പുകച്ച നിമിത എണീറ്റ് മുറിയിലൂടെ നടക്കാൻ തുടങ്ങി. അതിനിടെ അവൾ ലാപ്ടോപ്പ് തുറന്ന് ഒരു പഴയ ഹിന്ദിസിനിമ കാണുകയും ഉടൻതന്നെ അതുനിർത്തിയിട്ട് മേശപ്പുറത്തുകിടന്നൊരു പുസ്തകമെടുത്ത് വായിക്കുകയും ചെയ്തു. ഇരിപ്പിടത്തിൽ വരിഞ്ഞുമുറുക്കപ്പെട്ടൊരാൾ അതുപൊട്ടിച്ചിറങ്ങാൻ തുടങ്ങുമ്പോലെ നിമിത മനസ്സിനെ പലവഴിക്ക് തിരിച്ചുവിടാൻ ശ്രമിച്ചുകൊണ്ടിരുന്നെങ്കിലും പൂർവ്വാധികം ശക്തിയോടെ അവളുടെ ഉള്ളം ആ ചിത്രങ്ങളിലേക്ക് വലിച്ചടുപ്പിക്കപ്പെട്ടു. അവൾ മുറിയിലെ ട്യൂബ് ലൈറ്റണച്ചിട്ട് ടോർച്ച് തെളിച്ച് ഭിത്തിയോട് ചേർത്തിട്ടിരിക്കുന്ന മേശമേലിരുന്ന് ചുമരിലെ നേർത്ത പെൻസിൽ വരകൊണ്ടുള്ള ചിത്രങ്ങൾ നോക്കി. വെളിച്ചം കൂടിയിട്ട് വരകൾ കൃത്യമായി കാണാൻ പറ്റാത്ത സ്ഥിതിയായി. എല്ലാം മാഞ്ഞുപോയതുപോലെയിരുന്നു. നിമിത ടോർച്ച് മാറ്റിവച്ചിട്ട് മെഴുകുതിരി കൊളുത്തി വീണ്ടും ചിത്രങ്ങൾ പരിശോധിച്ചു. മൂന്ന് ചിത്രങ്ങൾ .... ഓരോന്നും തൊട്ടുമുമ്പിലത്തേതിന്റെ തുടർച്ചപോലെ മെഴുകുതിരി നാളത്തിൽ സുവ്യക്തമായി. നദിക്കരയിൽ നില്ക്കുന്ന രണ്ടുപെൺകുട്ടികൾ.. അവരുടെ മുഖങ്ങൾ പ്രസരിപ്പേറിയതും പ്രതീക്ഷാനിർഭരവുമാണ്. അതിനപ്പുറത്തായി പെൻസിൽമുന കൂർപ്പിച്ചുവരച്ച നിലയിലുള്ള രണ്ടാമത്തെ ചിത്രത്തിൽ ഇരുവർക്കുമിടയിലേയ്ക്ക് പറന്നിറങ്ങുന്ന ഒരു കഴുകനെക്കൂടി കണ്ടു. കഴുകന്റെ മിഴി

കൾ ഉള്ളിലേക്കിറങ്ങിയതും ചെറുതുമായിരുന്നു. അവരിലൊരാളിലേക്ക് നോട്ടമൊപ്പിച്ചങ്ങനെ ചെരിഞ്ഞുവരുന്ന കഴുകന്റെ ചുണ്ടുകൾ വക്രിച്ചിരുന്നു. നദിക്കരികിൽ മുഖം കുനിച്ച് ഏകാകിയായിരിക്കുന്ന ഒരുവളായിരുന്നു കുറച്ചകലെയായിക്കണ്ട മൂന്നാമത്തെ രേഖാചിത്രത്തിലുണ്ടായിരുന്നത്. അളകങ്ങൾ കാറ്റിൽ പാറിക്കിടന്നിരുന്ന അവളുടെ രൂപം അത്ര വ്യക്തമായിരുന്നില്ല.

'നീ ചുറ്റുപാടുകളെക്കുറിച്ച് അശ്രദ്ധയുള്ളവളോ... അതോ എത്ര തുറന്നയിടത്തും സ്വന്തം ഉള്ളിലുള്ളത് അടക്കിപ്പിടിക്കുന്നവളോ..?' മറ്റാരുമറിയരുതെന്ന വ്യഗ്രതയോടെ ഹൃദയത്തിൽ തിങ്ങിയിരുന്നതിനെ രഹസ്യമായി പുറത്തേക്കെറിഞ്ഞതു പോലെയുള്ള അടയാളപ്പെടുത്തലുകളിലേക്ക് ഉറ്റുനോക്കിയിരുന്ന നിമിത നിഗമനങ്ങളിൽ നിന്നും നിഗമനങ്ങളിലേക്ക് അർദ്ധരാത്രി മുതൽ പുലരുവോളം പ്രദക്ഷിണം ചെയ്തുകൊണ്ടിരുന്നു. ആലോചനകൾ കുടിയേറിയ അവളിൽ രേഖപ്പെടുത്തലുകളെ സംബന്ധിച്ച അനുമാനങ്ങളുടെ നാനാർത്ഥങ്ങൾ വ്യാപരിച്ചു.

വളരെനാളുകളായി മുടങ്ങിക്കിടന്ന സായാഹ്നസവാരി പ്രത്യേകിച്ച് കാരണങ്ങളൊന്നുമില്ലാതെ തന്നെ നിമിത പുനരാരംഭിച്ചു. പിള്ളേർ വൈകുന്നേരത്തെ ചായത്തിരക്കിലായപ്പോൾ നിമിത അക്കൂട്ടത്തിൽപ്പെടാതെ ഹോസ്റ്റലിൽ നിന്നിറങ്ങിയെങ്കിലും എങ്ങോട്ട് പോകണമെന്ന് നിശ്ചയമുണ്ടായിരുന്നില്ല. മുറ്റത്തേക്കിറങ്ങിയപ്പോൾ സന്ന്യാസാർത്ഥിനിയായ ജാൻസിയെ കണ്ടു. പൂന്തോട്ടത്തിലെ പഞ്ചാരച്ചെടി വലിയ കത്രികയുപയോഗിച്ച് വെട്ടിനിരപ്പാക്കുകയായിരുന്ന ജാൻസി മൂളിപ്പാട്ടു നിർത്തിയിട്ട് നിമിതയോടു ചോദിച്ചു " ചേച്ചിയെ ഇപ്പോൾ പുറത്തുകാണാറേയില്ലല്ലോ? " അവളതു കേട്ടതായി നടിക്കാതെ മുമ്പോട്ടു നീങ്ങുമ്പോൾ ജാൻസി തുടർന്നു " മുഖത്തു നല്ല കടുപ്പമുണ്ട്. കൂടുതൽ പഠിക്കണ്ട കേട്ടോ... അവസാനം ഭ്രാന്തായിപ്പോകും".

കാസർകോട്ടെ ഒരുൾനാടൻ ഗ്രാമത്തിൽനിന്നും സന്ന്യാസിനിയാകുകയെന്ന തീവ്രാഭിലാഷവുമായി തിരുവനന്തപുരത്തെ ഡി എം കോൺവെന്റിലെത്തിയ ജാൻസി പുല്ലുചെത്തു തൊഴിലാളികളായ ആലീസിന്റെയും ജോൺസന്റെയും നാലുപെൺമക്കളിൽ ഏറ്റവും ഇളയവളാണ്. പഠനത്തിൽ മിടുക്കിയായ ജാൻസിയെ ഡോക്ടറായി കാണണമെന്നായിരുന്നു പിതാവ് ജോൺസന്റെ ആഗ്രഹം. എന്നാൽ ജാൻസിക്കിഷ്ടം ഒരു കന്യാസ്ത്രീയായ ടീച്ചറാകാനായിരുന്നു. ഹോസ്റ്റലിലെ പല്ലികളും പാറ്റകളും പൂന്തോട്ടത്തിലെ അരണയും ഓന്തുമൊക്കെയാണ് ജാൻസിയുടെ കൂട്ടുകാർ. ഇടയ്ക്കിടെ അവയോടെന്തൊക്കെയോ സംസാരിക്കുന്നതു കാണാം. അതുകാണുമ്പോൾ മനഃശാസ്ത്രവിദ്യാർത്ഥിയായ മലർക്കൊടി പറയും "ഇവൾ കന്യാസ്ത്രീയാകുന്നതിനേക്കാൾ ഭേദം മൃഗശാലയിൽ വല്ല പണിക്കും പോകുന്നതാണ്." പക്ഷേ, ഒരു കന്യാസ്ത്രീക്കുവേണ്ട പൂർണ്ണത ജാൻസിയിലുണ്ടെന്നാണ് റോഷ്നിസക്കറിയയുടെ പക്ഷം. മചിത്ര ജാൻസിയെ കാണുന്ന മാത്ര ഓടിയൊളിക്കും.

ഒരിക്കൽ ജാൻസി മാസാവസാനം ഹോസ്റ്റലിൽ വച്ചു നടത്താറുള്ള പ്രത്യേക കുർബ്ബാനയ്ക്കായി സ്റ്റഡിഹാളിനു സമീപമുള്ള അൾത്താര അലങ്കരിച്ചുകൊണ്ടരിക്കുന്നതിനിടെ ചുമരിലൂടെ ഇഴഞ്ഞുകളിക്കുകയായിരുന്ന രണ്ടുമൂന്ന് പല്ലിക്കുഞ്ഞുങ്ങളെ കണ്ടു. ഉടൻതന്നെ അലങ്കാരപ്പണി നിർത്തിയിട്ട് അവറ്റകളെ കൈവെള്ളയിലെടുത്ത് ലാളിക്കാൻ തുടങ്ങി. ആ സമയം സ്റ്റഡിഹാളിലായിരുന്ന മചിത്രയതു കാണുകയും 'ബ്ഹാ...' എന്ന് കാറിതുപ്പുകയും ചെയ്തു. ജാൻസിക്കതു തീരെ പിടിച്ചില്ല.

അവൾ മചിത്രയോടു ചോദിച്ചു "മനുഷ്യക്കുട്ടികളോട് നിങ്ങൾക്കൊന്നും ഈ തൊട്ടുകൂടായ്മയില്ലല്ലോ..."

"എനിക്കിവറ്റകളെ കാണുമ്പോൾ പുറം പെരുത്തു കയറും" മചിത്ര അസ്വാസ്ഥ്യം പ്രകടിപ്പിച്ചു.

"അതൊക്കെ അനാവശ്യ തോന്നലുകളാ.. ഇതും ഓരോ ജീവനാണ്. ഇവരും സ്നേഹം അർഹിക്കുന്നു. നോക്കൂ... ഇവരുടെ കണ്ണുകളിലെ നിഷ്കളങ്കത... " തന്റെ കൈവിരലുകളിൽ ഓടിക്കളിക്കുന്ന പല്ലികളെ ജാൻസി മചിത്രയ്ക്കു നേരേ നീട്ടി. അറപ്പോടെ മചിത്ര പുറകോട്ടു മാറിയതും പരിഭ്രമിച്ചുപോയ കുഞ്ഞൻപല്ലികളിലൊരെണ്ണം അവളുടെ ദേഹത്തേക്കു ചാടി. പല്ലിക്കുഞ്ഞിനെ തൂത്തെറിഞ്ഞ് ദേഹം കുടഞ്ഞുകൊണ്ടോടിയ മചിത്ര തൽക്ഷണം മദറിനോട് പരാതിപ്പെട്ടു. മദർ ഉടനടി ജാൻസിയെ വിളിപ്പിച്ചെങ്കിലും "മറ്റുള്ളവരിൽ സഹജീവി സ്നേഹം വളർത്താൻ ശ്രമിക്കുന്നത് തെറ്റാണോ മദർ" എന്ന ജാൻസിയുടെ ചോദ്യത്തിനു മുമ്പിൽ ഉത്തരംമുട്ടി നിന്നു. അന്നു തുടങ്ങിയതാണ് ജാൻസിയെക്കാണുമ്പോഴുള്ള മചിത്രയുടെ ഓട്ടം. അവളുടെ ജാൻസിഫോബിയ കാണുമ്പോൾ ഹോസ്റ്റലിലെ വലിയൊരു വിഭാഗം പിള്ളേർ ആശ്വാസം കൊള്ളും "മചിത്രയുടെ കടിയേൽക്കാത്ത ഒരു മനുഷ്യജീവിയെങ്കിലും ഹോസ്റ്റലിൽ ഉണ്ടല്ലോ.."

ജാൻസി പിന്നെയും എന്തൊക്കയോ ചോദിക്കുകയും പറയുകയും ചെയ്തു. നിമിതയ്ക്കതൊന്നും കേട്ടുനില്ക്കാനുള്ള സമയമുണ്ടായിരുന്നില്ല. ചുമർ രേഖകളുടെ വിള്ളലിലൂടെ തള്ളിവന്ന സംശയങ്ങളുടെ മലവെള്ളപ്പാച്ചിലിൽ കുഴഞ്ഞുമറിഞ്ഞ മനസ്സിന്റെ ശങ്കകളെ ദൂരീകരിക്കുന്നതിനുള്ള ഒരാന്തരികചോദന അവളെ ഭരിക്കുന്നുണ്ടായിരുന്നു. കാലുകൾ നയിച്ചിടത്തേക്ക് അവൾ നടന്നു. ചെന്നെത്തിയത് കുറച്ചകലെയുള്ള നദിക്കരയിലാണ്. എന്തിലെങ്കിലും മുഴുകുവാനാഗ്രഹിക്കുന്നവർക്ക് പറ്റിയ സ്വച്ഛന്ദമായ ഒരിടം. ചെരുപ്പുകളഴിച്ച് ഒതുക്കിവച്ച നിമിത ഭൂമിയെ പാദവന്ദനം ചെയ്തുകൊണ്ടെന്നവണ്ണം സാവധാനത്തിൽ നടന്ന് നദീതീരത്തെ ഉരുളൻ കല്ലുകൾക്ക് പുറത്തിരുന്നു. അവിടത്തെ പ്രശാന്തതയിൽ നിമിതയുടെ ചിത്തം തുടിച്ചു. താപമറ്റ വെയിൽ ചാഞ്ഞുവന്നു. 'ആഷ്ലിൻ നീയെന്താണ് ഈ അന്തരീക്ഷത്തോട് പങ്കുവച്ചിരുന്നത്... ഞാൻ മണ്ണിനോടും കല്ലുകളോടുമത് ചോദിച്ചുകൊള്ളട്ടെ....?' ജാഗ്രതയോടെയിരുന്ന അവൾ

അപരയെ തന്നിലേറ്റി സ്വയം മറന്നു. കൈക്കുമ്പിളിൽ ജലമെടുത്ത് മുഖം കഴുകി. നീരൊഴുക്കിൽ കാലെത്തിച്ചു. വിരൽത്തുമ്പുകളിലൂടെയിറ്റിയ ജലത്തുള്ളികളിൽ നിന്ന് കണ്ണെടുക്കാതെ അവൾ മന്ത്രിച്ചു 'സ്മൃതീ ...നീ എന്റെ സൗഹൃദത്തെ ഹൃദയത്തോട് ചേർത്തിരുന്നില്ല.' ഓരത്തെ മഞ്ഞ മുളകൾ കാറ്റിലാടി ചൂളമിട്ടു. മുളന്തടികളിൽ കൊന്തിക്കളിക്കുന്ന പീണിക്കിളികളെ നോക്കി പഴുതാരകളും കരിവണ്ടുകളും മുളങ്കൂട്ടങ്ങൾക്കു താഴെ കൊതിയോടെയിരുന്നു. പാമ്പ് പടംപൊഴിക്കുമ്പോലെ നിമിത അപരയിൽ നിന്നും സ്വതന്ത്രയായി. ചക്രവാളത്തിലേക്കു നീങ്ങുന്നതിനിടെ നദിക്കുള്ളിലേക്ക് വീണ സൂര്യഫലം ചുവന്നുനിന്നു. നിമിതയ്ക്ക് നല്ല തലകറക്കവും ക്ഷീണവും അനുഭവപ്പെട്ടു. വീണുപോകാതിരിക്കാനായി അവൾ കൈത്തലങ്ങൾ കല്ലിലൂന്നിയിരുന്നു. പെട്ടെന്ന് നിമിതയ്ക്ക് താൻ കുട്ടിക്കാലത്ത് ചരൽക്കല്ലുകൾ കൈയിലെടുക്കുമ്പോൾ മുത്തശ്ശി പറയാറുണ്ടായിരുന്നത് ഓർമ്മ വന്നു... "പൊട്ടനിലത്തും നമ്മൾ നന്നായി നോക്കണം. അവിടന്നും ചിലപ്പോൾ വൈഡൂര്യങ്ങൾ കിട്ടും..!" നിമിത വല്ലവിധവും എണീറ്റുവന്ന് മാറ്റിവച്ചിരുന്ന പാദുകങ്ങൾ ധരിച്ചു.

ഏഴ്

"നോക്കൂ.... എത്രനാൾ നമ്മൾക്കിതു തുടരാനാവും.. സാറിന്റെ ജീവിതവും എന്റെ ജീവിതവും വഴിമുട്ടിപ്പോകാത്തൊരു തീരുമാനം നമ്മൾക്ക് എടുത്തേ മതിയാകൂ..." തന്റെ മടിയിൽക്കിടന്ന് കഴുത്തിന് ചുറ്റിപ്പിടിച്ച് ചുംബിക്കുകയായിരുന്ന ഡോക്ടർ ശ്രീനാഥിനെ ബലമായി തന്നിൽനിന്ന് വേർപെടുത്തികൊണ്ട് സ്മൃതി പറഞ്ഞു. അർദ്ധരാത്രി കഴിഞ്ഞ നേരത്ത് സെമിത്തേരിയുടെ വിജനതയിലിരുന്ന് അവളതു പറയുമ്പോൾ ഡോക്ടർ ശ്രീനാഥ് പ്രണയോന്മാദത്തിന്റെ നടുക്കടലിലായിരുന്നു.

"എന്താണ് നിനക്കിപ്പോൾ അങ്ങനെയൊരു തോന്നൽ..." തരളചിത്തനായ അയാൾ ചോദിച്ചു.

"അകാരണമായ ഒരു ഭീതി എന്നെ ഭരിക്കുന്നു. നമ്മളെന്തോ തെറ്റു ചെയ്യുന്നുവെന്നൊരു വിചാരം... ആരോ നമ്മളെ പിൻതുടരുന്നതുപോലെ..." പ്രണയമൊഴിഞ്ഞ സ്മൃതിയുടെ കണ്ണുകളിൽ ഭയപ്പാട് നിറഞ്ഞു.

"നമ്മളാരേയും കൊന്നിട്ടൊന്നുമില്ലല്ലോ... പിന്നെന്തിനാ കുറ്റബോധം. എന്റെ കുടുംബം ഞാൻ നന്നായി നോക്കുന്നുണ്ട്. ഭാര്യയെയും കുട്ടികളെയും സ്നേഹിക്കുകയും സംരക്ഷിക്കുകയും ചെയ്യുന്നു. ഓരോ വീക്കെൻഡിലും അവളെന്റെയടുത്തേക്ക് ഓടിയെത്തുന്ന ആ രണ്ടു ദിവസങ്ങളിൽ അവൾക്കു സന്തോഷമുളവാക്കുന്ന കാര്യങ്ങൾ മാത്രം ഞാൻ പ്രവർത്തിക്കുന്നു. അവൾ പറയാറുണ്ട്, ലോകത്തിലെ ഏറ്റവും സൗഭാഗ്യവതിയായ ഭാര്യ അവളാണെന്ന്."

'ങ്ഹും! ലോകത്തിലെ വഞ്ചിക്കപ്പെടുന്ന ഭാര്യമാരിലൊരാൾ എന്ന്

പറയുന്നതാവും ശരി....' സെമിത്തേരിക്കടുത്തെ പൊന്തക്കാട്ടിലൊളിച്ചിരുന്ന നിമിതയുടെ കൈ തരിച്ചു.

"മ്....മ്.. സാറിനു ഭാര്യയോടുള്ള സ്നേഹം കാമ്പസിൽ പാട്ടാണല്ലോ. പി ജി വിദ്യാർത്ഥികളായ ആ കിളുന്തു ചെറുക്കന്മാർ ഡിപ്പാർട്ട്മെന്റു മുഴുവൻ പറഞ്ഞുനടക്കുന്നുണ്ട്, സാറ് ഭാര്യക്ക് ചോറുരുട്ടി വായിൽവെച്ചു കൊടുക്കുമെന്നും..... മോളേ...എന്നു മാത്രമേ വിളിക്കൂവെന്നുമൊക്കെ. അതേയ്... വീക്കെൻഡിൽ നാട്ടിൽപ്പോവാതെ ഇവിടൊക്കെ തെണ്ടിനടക്കുന്ന അവന്മാരെ 'ഫ്രീയാണെങ്കിൽ ക്വാർട്ടേഴ്സിലേക്ക് പോന്നോളൂ...' എന്നും പറഞ്ഞ് ക്ഷണിച്ചിരുത്തി മദ്യപിക്കുമ്പോൾ ഉള്ളതൊക്കെ വിളിച്ചുപറയരുത്. കൂട്ടുകുടിയന്മാർ എപ്പോഴാ കാലുമാറുന്നതെന്ന് പറയാൻ പറ്റില്ല......." സ്മൃതി മുഖംചുളിച്ചു.

"എടോ...താനിങ്ങനെ ചൂടാവാതിരിക്ക്. തന്നെക്കുറിച്ച് ഞാനാരോടും ഒന്നും പറയില്ല. താനെന്റെ സ്വകാര്യസ്വത്തല്ലേ....മാത്രമല്ല അതെന്റെ ജീവിതത്തിനും ഭീഷണിയാവില്ലേ..." അയാൾ അവളുടെ ഷോളെടുത്തു മാറ്റി മാറിടങ്ങളിൽ ചുംബിച്ചു.

'പ്ഫ.. പരട്ടകൾ. പരസ്പരം മറയില്ലാത്തൊരു ആത്മാർത്ഥബന്ധം! ഹും... സന്തുഷ്ടദാമ്പത്യം നയിക്കുന്ന സമൂഹത്തിലെ മാന്യൻ...ഡോക്ടർ ശ്രീനാഥ് എന്ന നാല്പത്തിനാലുകാരൻ. സർവ്വകലാശാലയിലെ പേരെടുത്ത റിസർച്ച്ഗൈഡ് പോസ്റ്റ്ഡോക്ടറൽ ഫെല്ലോയായ തന്റെ വിദ്യാർത്ഥിനിയുടെ മാറിൽക്കിടന്നുമയങ്ങുന്നു...' നിമിത പല്ലു ഞെരിച്ചുകൊണ്ട് പൊന്തക്കാട്ടിലെ പച്ചപ്പിൽ കൈയമർത്തി. തൊട്ടാവാടിമുള്ളുകൾ കുത്തിവരഞ്ഞ് കൈ വേദനിച്ചെങ്കിലും അവൾ അതു ഗൗനിക്കാതെ കാതു കൂർപ്പിച്ചു.

"എന്താടോ തന്റെ മുഖത്തൊരു തെളിച്ചമില്ലാത്തത്. തനിക്കു വല്ല കല്യാണാലോചനയും വന്നോ...... ?" സ്മൃതിയുടെ അഴിഞ്ഞുലഞ്ഞ തലമുടി തന്റെ ദേഹത്തേക്ക് വലിച്ചിട്ടുകൊണ്ട് അയാൾ ചോദിച്ചു.

'വിവാഹമുറപ്പിച്ച കാര്യം പറയണോ? വേണ്ടേ....' സ്മൃതി ചിന്താക്കുഴപ്പത്തിലാണ്ട് മൗനത്തിലായി. അതുവകവയ്ക്കാതെ അയാൾ തുടർന്നു "അതിനെന്താ കല്യാണംകഴിഞ്ഞാലും ആരുമറിയാതെ നമുക്കിങ്ങനെ വല്ലപ്പോഴും കൂടാം.... അതൊക്കെയൊരു ത്രില്ലാടോ....."

'ങ്ഹും... കട്ടെടുക്കുന്ന മുതലിനു രുചികൂടും....' നിമിത ദീർഘനിശ്വാസമുതിർത്തു

സ്മൃതി ഒരർദ്ധശങ്കയോടെ അയാളെ നോക്കി. "എന്താണ് നിനക്കൊരുന്മേഷമില്ലാത്തത്. നിന്റെയാ കൂട്ടുകാരിപ്പെണ്ണിന്റെ രോഗം നിനക്കും തുടങ്ങിയോ... ആഷ്‌ലിനു ശരിക്കും വട്ടായിരുന്നു."

"നമ്മൾക്കിപ്പോൾ അവളെക്കുറിച്ച് സംസാരിക്കേണ്ട കാര്യമെന്താണ്..." സ്മൃതി അയാളോട് നീരസം പ്രകടിപ്പിച്ചു.

"അതായത് അവൾക്ക് നിന്നെ പിരിഞ്ഞിരിക്കാൻ പ്രയാസമായിരുന്നുവല്ലോ. അതുപോലെയാണ് നിനക്കിപ്പോൾ എന്നോടെന്ന് പറയുകയായിരുന്നു."

'പാവം ആഷ്‌ലിൻ... നേരാംവണ്ണം മാത്രം ചിന്തിക്കാൻ പഠിച്ചവൾ...

അതുപോലുള്ള അബദ്ധങ്ങളൊന്നും എനിക്കു പറ്റില്ല....' സ്മൃതിയുടെ ഉള്ളിലൊരു ഗൂഢസ്മിതം വിരിഞ്ഞു.

"താനെന്താ ആലോചിച്ചുകൂട്ടുന്നത്" നിശബ്ദയായിരിക്കുന്ന സ്മൃതിയുടെ ചുമലിൽ പിടിച്ചുകുലുക്കിക്കൊണ്ട് ഡോക്ടർ ശ്രീനാഥ് ചോദിച്ചു.

"ഏയ്.... ഒന്നുമില്ല...." അവൾ മുഖം വെട്ടിച്ചു.

'ഇവളൊരു സാമർത്ഥ്യക്കാരി തന്നെ. മറ്റൊരുവനെ കിട്ടിയപ്പോൾ സമർത്ഥമായി എന്നെ അവഗണിക്കാൻ തുടങ്ങിയിരിക്കുന്നു. ഓ... പരസ്പരം ബാദ്ധ്യതകളൊന്നുമില്ലല്ലോ. ഇവൾ പോയാൽ വേറൊരുവൾ... പുതുതായി വന്ന ഗവേഷക വിദ്യാർത്ഥിനികളിലൊരുവളുടെ മുഖം അയാളുടെ മനസ്സിലുടക്കി. അമിത.... അവൾക്കെന്നെക്കാണുമ്പോളൊരു ചിരിയും കളിയുമൊക്കെയുണ്ട്...' കഴിഞ്ഞയാഴ്ച അമിത സ്പെസിമെൻ റൂമിൽ നില്ക്കുമ്പോൾ മീനുകൾക്ക് കൃത്യസമയത്ത് ആഹാരം കൊടുത്തില്ല എന്ന കാരണം പറഞ്ഞ് മറ്റാരുമടുത്തില്ലാത്ത തക്കത്തിന് ഡോക്ടർ ശ്രീനാഥ് അവളുടെ തുടനോക്കി മൃദുവായൊരടി കൊടുത്തു. അവൾ ചിരിച്ചുകൊണ്ടുനിന്നതല്ലാതെ മറുത്തൊന്നും പറഞ്ഞില്ല. അയാൾക്കത് നന്നേ ബോധിച്ചു. സ്മൃതിയെ തൊട്ടുരുമ്മിയിരുന്ന് അയാൾ അമിതയുടെ തുടകളുടെ മാംസളതയെക്കുറിച്ചോർത്ത് പുളകം കൊണ്ടു. ആസക്തികളെ നെഞ്ചേറ്റിയവർക്ക് മനസ്സുകൾ അപ്രസക്തമാണ്. അവർ സ്നേഹരഹിതമായ ആലിംഗനങ്ങൾ ആസ്വദിക്കും.... വിപരീതദിശകളിലൂടെ സഞ്ചരിച്ചുകൊണ്ട് മാംസത്തിന്റെ ചൂടിൽ ലയിക്കും... സ്മൃതിയും ശ്രീനാഥും സെമിത്തേരിയുടെ വീതിയേറിയ പടവിലേക്കു ചാഞ്ഞു. അനുഭൂതികളുടെ ആക്രോശങ്ങൾ ചീവീടിന്റെ കരച്ചിലിലമർന്നു. നാവനക്കാനാവാതെ നിമിത പൊന്തക്കാട്ടിൽ തളർന്നുകിടന്നു. കല്ലറകൾക്കിടയിലെ മറവുകളിലെവിടെയോ പ്രസവിച്ചുകിടന്നൊരു പട്ടി എണീറ്റു നിന്ന് മോങ്ങി.

എട്ട്

അതു സ്വപ്നമോ യാഥാർത്ഥ്യമോ ... രണ്ടും ഇഴപിരിച്ചറിയാനാവാതെ നിമിത കുഴങ്ങി. ഞാനവരെ തൊട്ടു... അവരുമായി വാഗ്വാദത്തിലേർപ്പെട്ടു. ആ സ്പർശം ഇപ്പോഴും അനുഭവവേദ്യമാകുന്നുണ്ട്. ഈ മുറിപ്പാട്.... നിമിത ഉള്ളംകൈയിലെ മുറിവിലേക്ക് നോക്കി... ഞാനവരെ അടിക്കാനോങ്ങിയപ്പോൾ തടയാൻ ശ്രമിച്ച സ്മൃതിയുടെ കൂർത്തനഖം കൊണ്ട് മുറിഞ്ഞതല്ലേ....ഹും... സ്മൃതി... അവളൊരു പെരുംകള്ളിതന്നെ. എല്ലാവരുമുറങ്ങിക്കിടക്കുമ്പോൾ ശ്മശാനത്തിലെ നിലാവത്തിരുന്നവൾ.... ഇവളെയായിരുന്നോ ആഷ്ലിൻ നീ നിന്റെ ആത്മമിത്രമായി കരുതിയിരുന്നത്.... ഛേയ്.... നിമിത മുഷ്ടിചുരുട്ടി മേശമേലിടിച്ചു. പക്ഷേ, നീയവളെ തിരിച്ചറിഞ്ഞിരുന്നു. അതല്ലേ... ഈ ചിത്രങ്ങളുടെ അർത്ഥം... നിമിത ചുവരിലേക്ക് നോട്ടമുറപ്പിച്ചു. ഇടിഞ്ഞു വീഴാറായ മേഘശകലങ്ങൾക്കിടയിലൂടെ ഒരു കൊള്ളിയാൻ മിന്നിയതുപോലെയായിരുന്നു അവളുടെ

വെളിപാട്. ചങ്ങലയിഴകളിൽ നിന്നും സ്വതന്ത്രയാക്കപ്പെട്ടവളെപ്പോലെ നിമിത ആഞ്ഞാഞ്ഞു നടന്നു.

ആഷ്‌ലിൻ തിരകളെയെണ്ണിക്കൊണ്ട് കടൽത്തീരത്തെ ഒഴിഞ്ഞ കോണിൽ സ്മൃതിയെ കാത്തിരുന്നു. 'രണ്ടുവർഷങ്ങൾക്ക് ശേഷമാണ് പരസ്പരം എന്തെങ്കിലും സംസാരിക്കുന്നത്. ഡിപ്പാർട്ട്മെന്റിലും ഹോസ്റ്റലിലും വച്ച് ദിവസവും തമ്മിൽ കാണുന്നുണ്ട്. എന്നിട്ടും.., അല്പം സംസാരിക്കാനുണ്ട് ബീച്ചിലേക്ക് വരണം എന്ന് സ്മൃതി പറഞ്ഞത്... എന്തോ ഗൗരവതരമായ കാര്യമുണ്ട്. ഞാൻ ഡോക്ടറൽ പ്രബന്ധം പൂർത്തിയാക്കിയതറിഞ്ഞിട്ട് അഭിനന്ദനമറിയിക്കാനാണോ... നഷ്ടപ്പെട്ട സൗഹൃദം എനിക്കിവിടെവച്ച് വീണ്ടെടുക്കാനാവുമോ...." ശാന്തവും ജിജ്ഞാസാഭരിതവുമായ മനസ്സോടെ അവൾ കടലിലേക്ക് കണ്ണുംനട്ടിരുന്നു. മെല്ലെ മെല്ലെ വിദൂരത്തൊരു കപ്പൽ ദൃശ്യമായി. അന്നൊക്കെ എന്തു രസമായിരുന്നു. നിലക്കടലയും കൊറിച്ച് ... കടൽവെള്ളത്തിൽ കാൽ നനച്ച്... സ്വപ്നങ്ങളും പങ്കുവെച്ച് സ്മൃതിയും ഞാനും ഈ ബീച്ചിലൂടെ... '

"ഞാൻ നിന്നോട് പറഞ്ഞിട്ടില്ലേ എന്റെ കാര്യത്തിലിടപെടരുതെന്ന്..." യാതൊരു മുഖവുരയുമില്ലാതെ വന്നയുടൻ സ്മൃതി ആഷ്‌ലിനോട് തട്ടിക്കയറി.

" എന്തുകാര്യം...." ആഷ്‌ലിൻ അമ്പരന്നു നിന്നു.

" നിന്റെ അഭിനയം നന്നാകുന്നുണ്ട്. അതെന്നോടു വേണ്ട. ഇന്നലെ സ്റ്റാഫ് മീറ്റിങ്ങിൽവച്ച് എന്റെ കാര്യം പറഞ്ഞ് ശ്രീനാഥ് സാറിനെ സഹപ്രവർത്തകർ അവഹേളിച്ചു. ഞാനും സാറുമായുള്ള അടുപ്പം അറിയാവുന്നത് നിനക്കു മാത്രമാണ്. ആ ബന്ധത്തെക്കുറിച്ചു പറഞ്ഞ് നീയെന്നെ ഉപദേശിച്ചിട്ടില്ലേ. അങ്ങനെയല്ലേ നമ്മൾ തമ്മിൽ തെറ്റിയത്. അതിന്റെ വിദ്വേഷത്തിന് നീയെന്നെ അപഹാസ്യയാക്കാൻ ശ്രമിക്കുന്നു. നിന്നെ ഞാൻ വെറുതെവിടില്ല. നിന്റെ തീസീസ് യൂണിവേഴ്സിറ്റിയിൽ സബ്മിറ്റ് ചെയ്യുന്നതെങ്ങനെയെന്ന് എനിക്കൊന്നുകാണണം. ശ്രീനാഥ്സാറിന്റെ ഒപ്പില്ലാതെ ഒന്നും നടക്കില്ല." കത്തിക്കാളുന്ന ക്രോധത്തോടെ ചവിട്ടിക്കുതിച്ചു മടങ്ങുന്ന സ്മൃതിയോട് തന്റെ നിരപരാധിത്വമറിയിക്കുന്നൊരു വാക്കുപോലുമുരിയാടാനാവാതെ ആഷ്‌ലിൻ നിശ്ചേഷ്ടയായി നിന്നു. ക്ഷോഭിച്ചിരമ്പുന്ന കടൽ കപ്പലിനെ കണ്ണിൽനിന്നുമകറ്റി. നിമിത ഒരു ഭ്രാന്തിയെപ്പോലെ കിടക്കയിലേക്ക് വീണു.

ഒമ്പത്

നിമിതയുടെ രാത്രികൾ ചിന്താഭാരത്താൽ സജീവവും പകലുകൾ ഉൾവലിവിന്റേതുമായി മാറി. ഒരരസികയെപ്പോലെ അവൾ മുറിയിൽ കുത്തിപ്പിടിച്ചിരിക്കുമ്പോഴാണ് വാതിലിൽ നിർത്താതെയുള്ള മുട്ടുകേട്ടത്.

"ഇതുവല്യ ശല്യമായല്ലോ..." നെറ്റി ചുളിച്ചുകൊണ്ട് വാതിൽ തുറന്നതും അകത്തേക്ക് ഇടിച്ചുകയറികൊണ്ട് സോനയും ഷെറിനും പറഞ്ഞു

"ശ്രീകുമാറിലൊരു ഹിറ്റ് പടമോടുന്നുണ്ട്. നമുക്കിന്നു സെക്കന്റ്ഷോയ്ക്ക് ചാടിയാലോ...."

"എനിക്കുവേറെ പണിയുണ്ട് . നിങ്ങൾ മറ്റാരെയെങ്കിലും നോക്ക്..." നിമിത എടുത്തടിച്ചതുപോലെ പറഞ്ഞു.

"നിന്റെ മൂഡ് ശരിയല്ലെന്നുതോന്നുന്നു. അതു നേരെയാകുവാണെങ്കിൽ മുകളിലേക്കു വാ... ഞങ്ങളെല്ലാം അവിടെയുണ്ട്. അതേയ്.. രണ്ടു ദിവസം മുമ്പ് കഴുകിയിട്ട നിന്റെ തുണികൾ ഉണങ്ങി പപ്പടമായി ടെറസ്സിൽ കിടപ്പുണ്ട്..." അവളുടെ പെരുമാറ്റത്തിൽ വല്ലായ്മപ്പെട്ട ഷെറിനും സോനയും ശീഘ്രം കതകു വലിച്ചടച്ചിറങ്ങിപ്പോയി.

ഹോസ്റ്റൽ അസ്തമന കിരണങ്ങളിൽ മുങ്ങി. സിസ്റ്റർമാരും സിസ്റ്റർമാരാകാൻ പഠിക്കുന്നവരും ലംബാകൃതിയിലുള്ള അലൂമിനിയം പാത്രത്തിന്റെ കണ്ണറകളിലൂടെ ഹോസ്റ്റൽമുറ്റത്തെ കൊച്ചുപൂന്തോട്ടം നനച്ചുകൊണ്ടിരുന്നു. ബീനച്ചേച്ചിയും സഹായികളും ഇടയ്ക്കിടെ വഴക്കിട്ടും പരസ്പരം പഴിചാരിയും മുറ്റത്തൊരുകോണിൽ തുന്നൽ ജോലിയിലേർപ്പെട്ടിരിക്കുന്ന മദർ സുപ്പീരിയറിനോട് പരാതിപ്പെട്ടും മുറ്റമടിക്കുന്നു. വീണയും ഫൗസിയയും ലക്ഷ്മിയും സിമന്റുതിട്ടകളിലിരുന്ന് കൊച്ചുവർത്തമാനം പറഞ്ഞുരസിക്കുന്നു. റോഷ്നി സക്കറിയ ഒരു പാണ്ടൻ പുസ്തകവും പിടിച്ച് തപൃതിയായ സിവിൽ സർവ്വീസ് പഠനത്തിലും. ഇംഗ്ലീഷ് സാഹിത്യ വിദ്യാർത്ഥിനികളിൽ ചിലരും മചിത്രയും രേഖയും ഷെറിനും സോനയും അവർക്കിടയിലേക്ക് പിന്നീട് വന്നുചേർന്ന നിമിതയും ടെറസിൽ അവിടവിടെയായി കൂട്ടംകൂടിയിരുന്നു. ടെറസിൽ ഉലാത്തിക്കൊണ്ടിരുന്നവരിൽ ചിലരെ ഹോസ്റ്റൽ ഇടനാഴിക്കുനേരെയായി പുറമേയുള്ള കൂർത്ത ഗോപുരക്കെട്ടിനുമപ്പുറം പകുതി മുറിഞ്ഞതുപോലെയുള്ള മൂന്നാംനിലയിലെ ബാൽക്കണിയിലിരുന്ന് കടലാസുപൂക്കൾ ഉണ്ടാക്കുകയായിരുന്ന എൽസമ്മ സിസ്റ്റർ കണ്ണുരുട്ടി കാണിച്ചു. ഗോപുരക്കെട്ടിനു താഴെയുള്ള ചാപ്പലിൽ സന്ധ്യാപ്രാർത്ഥനകൾ നേരത്തെ തുടങ്ങും. അതിനരമണിക്കൂർ കഴിഞ്ഞേ പിള്ളേർക്കുള്ള പ്രാർത്ഥനാമണി മുഴങ്ങൂ. ആ സമയം മിക്കയുള്ളവരും സ്റ്റഡിഹാളിൽ ഒത്തുചേർന്നു പ്രാർത്ഥിക്കും. ചിലർ കുളിക്കുകയാവും. മറ്റുചിലർ റൂമിൽത്തന്നെ മടിപിടിച്ചിരിക്കും. ചാപ്പലിൽ നിന്നും പ്രാർത്ഥനാവട്ടങ്ങൾ കേട്ടുതുടങ്ങി. എൽസമ്മസിസ്റ്റർ ധൃതിയിൽ അങ്ങേപ്പുറത്തെ ഗോവണിയിൽകൂടി താഴേക്കുപോകുന്നതിനിടെ കൂടിയിരുന്നവരോടായി വിളിച്ചു പറഞ്ഞു " നേരമിരുട്ടി. ഉണങ്ങിയ തുണി വല്ലതുമുണ്ടെങ്കിൽ എടുത്തിട്ട് സമയത്തിനും കാലത്തിനും പോയി പ്രാർത്ഥിക്ക് പിള്ളാരേ.." സാഹിത്യ വിദ്യാർത്ഥിനികൾ മനസ്സില്ലാമനസ്സോടെ പൊടിയുംതട്ടി എണീറ്റു. ടെറസ്സിലേക്ക് മുട്ടിനിന്ന ഓലത്തുമ്പത്ത് പിടിച്ചുകൊണ്ട് കുറച്ചു നേരംകൂടി അലസമായി നിന്ന അവർ പോകുമ്പോൾ നിമിതയോടും മറ്റും പറഞ്ഞു "ടെറസ്സടയ്ക്കാറായി. വേഗം വരാൻ നോക്ക്..."

"ശരി..." അവർ തലകുലുക്കി.

ടെറസ്സിൽ ഉയർത്തിക്കെട്ടിയ കാൽവരിഭിത്തിയിൽ വലതുകാൽ ചേർത്തുവച്ച് ഇരുകൈകളുംകെട്ടി നിമിത ദൂരേക്കു നോക്കിനിന്നു. അങ്ങുമിങ്ങുമിടിഞ്ഞ കളിമൺതിട്ടയിൽ നിറഞ്ഞുനില്ക്കുന്ന പുറുത്തിക്കാടുകൾ അതിർത്തിയിടുന്നിടത്തു നിന്നുമാണ് വൃക്ഷങ്ങളും വേരുകളും കെട്ടുപിണഞ്ഞു കിടക്കുന്ന കാടു തുടങ്ങുന്നത്. മരങ്ങളും ശാഖികളും പടർന്ന ചെറുവിടവിലൂടെ രക്തകാന്തിപരത്തി മൂവന്തി അലിയാൻ തുടങ്ങി. സഹപാഠിയായ കാമുകനെ സങ്കല്പത്തിൽ ലാളിച്ചുകൊണ്ടിരുന്ന രേഖയുടെ ഹൃദയം കാല്പനികവും വാക്കുകൾ മധുരോദാരവുമായി. 'ചിറകുണ്ടായിരുന്നെങ്കിൽ പറന്നുയർന്ന് ശാഖികളെ വകഞ്ഞുമാറ്റി മൂവന്തിച്ചോപ്പിനെ വാരിയണച്ചേനെ... ബട്ട് ഐ കാണ്ട്... സോ വുഡ് ലൈക്ക് ടു സെ, ഓ .. ട്വിലൈറ്റ് സ്റ്റേ വിത്ത് മി ലോങ് ആഫ്റ്റർ സൈറ്റ് ഫേഡ്സ്...' (But I Can't... so would like to say, oh... twilight stay with me long after sight fades).പാതിരാക്കാറ്റ് അവരുടെ മുടിയിഴകളെയിളക്കി കടന്നുപോയി. വള്ളികൾ കൂട്ടുചേർന്ന കുറ്റിമുല്ല കറുത്ത കുടചൂടി. അതിനുമീതെ വെള്ളമുത്തുകൾ പോലെ നിറച്ചും കുഞ്ഞുപൂക്കൾ . "ഹാ! എന്തു വാസന. ഇതിനുമുമ്പ് ഇതുപോലൊന്നുണ്ടായിട്ടുള്ളത് വല്യേട്ടനു സുഹൃത്തു നല്കിയ നിശാഗന്ധി പൂവിടുന്നതു കാണാൻ ഉറക്കമുണർന്നിരുന്നപ്പോഴാണ്" നിമിത അതു പറഞ്ഞപ്പോൾ രേഖയുടെ ചോദ്യം "ഈ വെള്ളപ്പൂക്കൾക്കെന്താണിത്ര വശ്യഗന്ധം..? "

ആ രാത്രിയിൽ അവരാരും ചാപ്പലിൽനിന്നും മണിക്കൂറുകൾ നീളുന്ന പ്രാർത്ഥനയ്ക്കൊടുവിൽ ഒരു പ്രത്യേക ഈണത്തിൽ ഉയർന്നു കേൾക്കാറുള്ള സിറിയക് ഭാഷാപദങ്ങൾ കേട്ടില്ല. സ്റ്റഡിഹാളിൽ നിന്നും വിദ്യാർത്ഥിനികൾ ഉച്ചത്തിലുരുവിടാറുള്ള ഉത്തമഗീതങ്ങളിലെ പ്രണയം തുളുമ്പുന്ന വരികളും കേട്ടില്ല. ഗോപുരക്കെട്ടിനടുത്തെ കിഴുക്കാംതൂക്കായ സിമന്റു പ്രതലത്തിൽ ഇരുകൈകളും തലയിണയാക്കി അവർ ആകാശക്കാഴ്ചകളിൽ മയങ്ങി. 'രാത്രി, നിലാവിനോടു പറയുന്നതു കേൾക്കാൻ പതിയിരിക്കുന്നവരാണ് തങ്ങളെന്ന് പ്രകൃതിക്കു തോന്നുമോ...' നിമിത ശങ്കിച്ചു. അപ്പോൾ അന്തരീക്ഷം മന്ത്രിച്ചു 'രാത്രി പാൽനിലാവിന്നു കൈമാറിയ രഹസ്യം പുലരിക്കായ് മഞ്ഞുതുള്ളി ജാലകപ്പാളിയിലൊളിപ്പിക്കും' ആ കിടപ്പിൽനിന്നും നിമിതയിറങ്ങി ടെറസ്സിന്റെ താഴേക്കു നോക്കി. മുറ്റത്തെ അമീബയുടെ ആകൃതിയിലുള്ള ആമ്പൽക്കുളത്തിലേക്ക് ഊർന്നുവീണ ആകാശം. അടുക്കളഭാഗത്തുനിന്നും ടെറസ്സിനരികിലേക്കു വളഞ്ഞുകിടന്ന മാങ്കൊമ്പുകൾ കൈയേറിയ നരിച്ചീറുകളും മൂങ്ങകളും തമ്മിൽ കലഹിച്ചു. കാഴ്ചയ്ക്കൊപ്പം ഭാവനയിലും വിരാജിച്ചിരുന്നവർ ഉണർന്നു.

"അയ്യോ സമയം എന്തായി?" രേഖയും ഷെറിനും അന്തംവിട്ടു ചോദിച്ചു.

"ആഹ്..." നിമിത കൈമലർത്തി. നിമിതയും രേഖയും ടെറസ്സിനു

പുറത്തുനിന്നും അകത്തെത്താനുള്ള വാതിലിനടുത്തേക്കു നടന്നു. വിചാരിച്ചതുപോലെ വാതിൽ അകത്തുനിന്നും പൂട്ടിയിരുന്നു.

"എന്നും അടയ്ക്കുംമുമ്പ് ആരെങ്കിലും പുറത്തുണ്ടോയെന്ന് നോക്കാറുള്ളതല്ലേ. ഇന്നെന്താ അവസാന റൗണ്ട്സിനു വന്നവർ സ്ഥിരം അടപ്പുകാരല്ലേ?" രേഖ ചോദിച്ചുകൊണ്ടിരുന്നു. മചിത്രയുടെയും സോനയുടെയും കൂർക്കംവലി അസ്സഹനീയമായിരുന്നു. ടെറസ്സിന്റെ ചതുരത്തിട്ടയിൽനിന്നും പൊന്തിനില്ക്കുന്ന ഭാഗത്തുകയറി നിമിത ഗോപുരക്കെട്ടിലെ കണ്ണികളിലൂടെ അകത്തേക്കു നോക്കി. ആളനക്കമൊന്നുമില്ല.

"പിള്ളേരെല്ലാം രണ്ടുറക്കംകഴിഞ്ഞ സമയമായെന്നു തോന്നുന്നു..." നിമിത അതു പറഞ്ഞു തിരിഞ്ഞതും ദൂരെ സെമിത്തേരിക്കുള്ളിൽ ഒരു പൊട്ടുവെളിച്ചം! അവളുടെ നോട്ടം അവിടേക്കു തന്നെ തറഞ്ഞുനില്ക്കവേ, അകത്തുകയറാനുള്ള വഴികളെക്കുറിച്ചാലോചിച്ച് ധൃതിപ്പെട്ടുനടന്ന രേഖയും ഷെറിനും നിദ്രയിലായിരുന്ന സോനയെയും മചിത്രയെയും തട്ടിയുണർത്തി.

"ഇനിയിപ്പോ എന്തു ചെയ്യാനാ.. അടുക്കളയിലെ ആ സഹായി ചേച്ചിമാരെ ഫോൺവിളിക്കാമെന്നുവച്ചാൽ.. ഇനി ഫോണടിക്കുന്നതു കേട്ടാൽ... ബീനച്ചേച്ചി ചാടിയെണീക്കും. അതോടെ എല്ലാം കുളമാകും..." മചിത്ര കണ്ണുതിരുമ്മിക്കൊണ്ട് അങ്കലാപ്പോടെ മറ്റുള്ളവരെ നോക്കി. ബീനത്തള്ളയ്ക്ക് പാമ്പിന്റെ ചെവിയാണെന്നും എന്തുതന്നെവന്നാലും അസമയത്ത് തങ്ങളെ ഫോൺ ചെയ്യരുതെന്നും സഹായി ചേച്ചിമാർ പിള്ളാരോട് ചട്ടം കെട്ടിയിരുന്നു. ബീനച്ചേച്ചിയും സഹായികളും സ്റ്റോറിനോടു ചേർന്നുള്ള അടുത്തടുത്ത മുറികളിലാണുറങ്ങുന്നത്.

"രാവിലെ ആ എൽസമ്മയായിരിക്കും ടെറസ്സുതുറക്കാൻ വരുന്നത്. നമ്മളുടെ ശ്വാസമടിച്ചാമതി അവരു പൊക്കും..." കൊതുകുകടിയും മഞ്ഞുമേറ്റ് അക്ഷമയോടെ ഇരുന്ന സോന പിറുപിറുത്തു. നിമിത അപ്പോഴും സെമിത്തേരിയിൽ കുടുങ്ങിക്കിടന്നു. മചിത്ര വീണ്ടും ഉറക്കം തൂങ്ങാൻ തുടങ്ങി. ഇരുന്നിരുന്ന് മുഷിഞ്ഞപ്പോൾ കാമുകചിന്തയിലമർന്ന രേഖ അടർന്നുവരുന്ന പൂവിതളുകൾ പോലെ മഞ്ഞുമൂടിനില്ക്കുന്ന നക്ഷത്രങ്ങളെ നോക്കി ... ഉലഞ്ഞുവീണ മഞ്ഞുതുള്ളികൾ നെറ്റിയിൽ വന്നു തൊട്ടു. സോന നോക്കുമ്പോൾ മിന്നായംപോലെ ഒരു മെലിഞ്ഞരൂപം മതിലിനടുത്തേക്ക് ഒഴിയുന്നു. അവൾ ശ്വാസമടക്കി രേഖയുടെ കൈകളിൽ പിടിച്ച് പറഞ്ഞു. "രേഖാ.. ദേ അവിടെ ആരോ ഉണ്ട്..." സോന വിരൽ ചൂണ്ടിയയിടത്തേക്ക് ദൃഷ്ടിയൂന്നിയ രേഖയുടെ ശബ്ദം ദുർബ്ബലമായി "എടീ... അതാ ഷോമാനാന്നാ തോന്നുന്നത് ..."

"ശരിയാടീ... എനിക്കും അങ്ങനെ തോന്നുന്നു..." ഷെറിൻ സോനയുടെ കൈകളിൽ മുറുകെപ്പിടിച്ചു. രേഖ വേഗം മചിത്രയെ തട്ടിവിളിച്ചു.

"അവൻ നമ്മളെ കണ്ടമട്ടില്ല. അവൻ വന്ന് സ്ഥിരം ചെയ്യാറുള്ളതുപോലെ താഴത്തെ നിലയിലുള്ള ഏതെങ്കിലും റൂമിന്റെ ജനാലയിൽ മുട്ടി

യാൽ... തന്റെ നഗ്നത പ്രദർശിപ്പിച്ച് സംതൃപ്തിയടയുന്ന ഷോമാനെ പിടിച്ച് പിടപിടയ്ക്കാൻ ചില സിസ്റ്റർമാരും ഇംഗ്ലീഷ് സാഹിത്യ വിദ്യാർത്ഥികളായ കരാട്ടെ ലൗലി ആന്റ് പാർട്ടീസും അവസരം കാത്തിരിക്കുകയാണ്. ഇവന്റെ തട്ടുമുട്ടും കേട്ട് ഹാ... ഹൂവേ... എന്നും പറഞ്ഞ് എല്ലാവരും കൂടി പുറത്തുചാടിയാൽ നമ്മൾ എന്നെന്നേക്കുമായി ഇവിടെ നിന്നും ക്ലീൻ ഔട്ട്. അതുകൊണ്ട് അകത്തുള്ളവരെ പുറത്തുചാടിക്കാതെ... പുറത്തുള്ള ഷോമാനെ ആട്ടിപ്പായിക്കുക..." സോന തന്റെ തലമുടി അഴിച്ച് പിരുത്തിട്ടു. മറ്റുള്ളവരോടും അങ്ങനെ ചെയ്യാൻ ആംഗ്യം കാട്ടി. ആദ്യം ഭയപ്പെടുത്തൽ. അതിലൊതുങ്ങിയില്ലെങ്കിൽ കടന്നാക്രമണം. എല്ലാവരും അഴിച്ചിട്ട തലമുടി മുമ്പിലേക്ക് വകഞ്ഞിട്ടു.

അതാ... അവൻ മുൻപോട്ടു വരികയാണ്. അവർ കിഴുക്കാംതൂക്കായ തിട്ടയിൽക്കയറി വകഞ്ഞിട്ട മുടിയുമായി പരസ്പരം ചേർന്നുനിന്നു പതിയെ ചൂളമടിച്ച് അവന്റെ ശ്രദ്ധ പിടിച്ചുപറ്റി. മുന്നോട്ടുവന്ന എലുമ്പൻ ഷോമാൻ അവരെ തുറിച്ചുനോക്കിനിന്നു. പ്രതിമകളെപ്പോലെ അനങ്ങാതെ അവരും. അവൻ പെട്ടെന്നുതന്നെ താഴത്തെ റൂം ലക്ഷ്യമാക്കി നടന്നു. സോന പല്ലിറുമ്മി "പേടിയില്ലാത്ത ചെറ്റ..." മചിത്രയും മറ്റുള്ളവരും അമാന്തിച്ചില്ല. അയകെട്ടാനും തടവയ്ക്കാനുമായി ടെറസ്സിലൊരു വശത്ത് കൂട്ടിയിട്ടിരുന്ന കല്ലും കമ്പുകളും ബീനച്ചേച്ചി ഉണങ്ങാനിട്ടിരുന്ന മാവിൻ കീറുകളുമെടുത്ത് അവനുനേരെ എറിയാൻ തുടങ്ങി. ഏറുകൊണ്ട ഷോമാൻ തൊട്ടടുത്തുള്ള റബ്ബർതോട്ടത്തിലേക്ക് ഓടിക്കയറി. തങ്ങൾക്കെറിയാവുന്ന ദൂരത്തിനകലെപ്പോയിട്ടും അവർ കൊള്ളികളും പാറക്കഷണങ്ങളും വലിച്ചെറിഞ്ഞുകൊണ്ടേയിരുന്നു. ഒടുവിലവന്റെ രൂപം റബ്ബർതോട്ടത്തിനപ്പുറം ടാറിട്ട റോഡിലൂടെ അവ്യക്തമായി നീങ്ങുന്നതുവരെ അതു തുടർന്നു.

സമയമേറുന്തോറും അന്തരീക്ഷം തണുക്കുകയും ചെറിയൊരിലയനക്കം പോലും വ്യക്തമായി കേൾക്കുംവിധം നിശ്ശബ്ദത വർദ്ധിക്കുകയും ചെയ്തു. പുലരുംവരെ പ്രകാശിച്ചുകൊണ്ടിരിക്കാറുള്ള സ്റ്റഡിഹാളിലെ ട്യൂബ്ലൈറ്റിന്റെ പ്രകാശം വിസ്താരമേറിയ ജാളിയുടെ തുള കളിലൂടെ പുറത്തേക്കു പതിച്ചു. സ്റ്റഡിഹാളിനു തൊട്ടുമുകളിലായി ടെറസ്സിന്റെ ഒരു ഭാഗം അവസാനിക്കുന്നിടത്തു നിന്നിട്ട് അല്പം എത്തിവലിഞ്ഞു നോക്കിയാൽ മാഗിയുടെ മുറി കാണാം. നിമിത കഷ്ടപ്പെട്ട് മുറിയിലേക്ക് തലയെത്തിച്ചു.സീറോവാട്ട് ബൾബിന്റെ മങ്ങിയവെട്ടത്തിൽ ജനാലയ്ക്കഭിമുഖമായിട്ടിരിക്കുന്ന ഡസ്ക്കിൽ തുറന്നുവച്ച പുസ്തകത്തിനു മുകളിൽ കിടന്നുറങ്ങുന്ന സൗജി. മാഗിയുടെയും ബീനയുടെയും ബെഡ്ഡുകൾ ശൂന്യം. 'ങ്ഹാ... അവർ അങ്ങേപ്പുറത്തെ ബ്ലോക്കിൽ സംസാരിക്കാൻ പോയിട്ട് അവിടെ കിടന്നുറങ്ങിയിട്ടുണ്ടാകും. അതും സൗകര്യമായി...'

"ശ്......ശ്....ശ്...." ശബ്ദമുണ്ടാക്കി നിമിത സൗജിയെ വിളിച്ചു. അന

ക്കമൊന്നുമില്ല. പതിഞ്ഞശബ്ദത്തിൽ വീണ്ടും വീണ്ടും വിളിച്ചുകൊണ്ടേയിരുന്നു. ഒടുവിൽ സൗജി "അയ്യോ....അമ്മാ..." എന്നു നിലവിളിച്ചുകൊണ്ട് പുസ്തകവും തട്ടിയിട്ട് ഞെട്ടിപ്പിടഞ്ഞെഴുന്നേറ്റു. അവൾ വിളിച്ചു കൂവുന്നതിനു മുമ്പ് നിമിത പറഞ്ഞു "ഇത് ഞങ്ങളാ..... ഞങ്ങൾ പുറത്തായിപ്പോയി....."

സൗജി വിറങ്ങലിച്ച സ്വരത്തിൽ പറഞ്ഞു " എന്താ കൊച്ചേ ഇത്. ഞാനങ്ങു പേടിച്ചു പോയല്ലോ!"

" സൗജീ.... പ്ലീസ്....... ആ ചാവിയെടുത്ത് നീ വാതിലൊന്നു തുറക്ക്...."

" അയ്യോ.... എന്നെക്കൊണ്ടുവയ്യ. എന്റെ മുട്ടിടിക്കുന്നു. ആരെങ്കിലുമറിഞ്ഞാ..."

" പ്ലീസ്..... സൗജീ.... പ്ലീ...സ് " നിമിത കെഞ്ചി. ഒടുവിൽ ശബ്ദമുണ്ടാക്കാതെ ഭയാശങ്കകളോടെ സൗജി വാതിൽ തുറന്നു. അവർ അകത്തുകയറി സൗജിയുടെ മുറിയിലെ ഒഴിഞ്ഞ ബെഡ്ഡിൽ ഇരിപ്പുറപ്പിച്ചു.

'ഹാവൂ! ആശ്വാസം...' ഷെറിൻ നിശ്വാസമുതിർത്തു. നെടുവീർപ്പുകളോടെയിരുന്ന എല്ലാവരും സൗജി നല്കിയ ഗുലാബ്ജാം നുണയവേ നിമിത സെമിത്തേരിയിൽ അലഞ്ഞുതിരിഞ്ഞു... 'അതു സത്യമോ മിഥ്യയോ... ഒരു പുരുഷ സാന്നിദ്ധ്യം അവിടെയുണ്ടായിരുന്നില്ലേ...?'

" നീയെന്താ ... ഇടയ്ക്കിടെ അനങ്ങാതെയും പറയാതെയും ബൊമ്മയെപ്പോലെ ഇരിക്കുന്നത്..." നിമിതയുടെ ശിരസ്സിൽ മൃദുവായി തട്ടിക്കൊണ്ട് രേഖ ചോദിച്ചു. പെട്ടെന്ന് സ്വബോധത്തിലേക്കുവന്ന നിമിത ചിരിക്കാൻ ബദ്ധപ്പെട്ടു. മധുരം രുചിച്ചുകൊണ്ട് എല്ലാവരും ഗോവണികളിറങ്ങി സ്റ്റഡിഹാളിലേക്കു പോയി. " വെറുതെ വർത്തമാനം പറഞ്ഞിരിക്കാം..." എന്നും പറഞ്ഞ് സൗജിയും അവർക്കൊപ്പം കൂടി. വിജനമായ സ്റ്റഡിഹാളിൽ അവർ മാത്രം. പുറത്തകപ്പെട്ടുപോയ കഥ ഷെറിൻ സൗജിയോട് വിവരിച്ചു. അപ്പോഴാണ് ചാപ്പലിലെ ജനാലയുടെ കൊളുത്തിൽ തൂങ്ങുന്ന വെള്ളിത്താക്കോൽക്കൂട്ടം മചിത്രയുടെ ശ്രദ്ധയിൽപ്പെട്ടത്. മാസാവസാനങ്ങളിൽ ഹോസ്റ്റലിൽവച്ചു നടത്തുന്ന പ്രത്യേക കുർബ്ബാനയ്ക്കായുള്ള വിരിപ്പുകളും വീഞ്ഞും അതുപകരാനുള്ള പാത്രങ്ങളും സൂക്ഷിക്കുന്ന അലമാരയുടെ താക്കോൽ! പാസ്ക്കോള സിസ്റ്റർ അലമാര തുറക്കുമ്പോഴൊക്കെ മചിത്രയും രേഖയും വീഞ്ഞു ചോദിക്കാറുണ്ട്. അപ്പോഴെല്ലാം സിസ്റ്റർ പറയും "ഇതു കുടിക്കാൻ കൊള്ളില്ല. കുർബ്ബാന സ്വീകരിക്കുമ്പോൾ അപ്പം മുക്കിതിന്നാനുള്ളതാണ്."

"ഇതൊരു സുവർണ്ണാവസരമാണ്. ഇരുചെവിയറിയാതെ കുറച്ചടിച്ചുമാറ്റാം.." എല്ലാവരും ത്രില്ലിലായി. അവർ അലമാര തുറന്ന് വെള്ളിക്കാസകൾക്കും പീലാസകൾക്കും പുറകിൽ ഭദ്രമായി വച്ചിരുന്ന നിറഞ്ഞ വീഞ്ഞുകുപ്പികളിൽ നിന്നൊരെണ്ണമെടുത്തു. അവിടേക്കാരും വരുന്നി

ല്ലെന്ന് ഒന്നുകൂടി ഉറപ്പാക്കിയശേഷം അവർ കുപ്പിതുറന്ന് കാട്ടുനെല്ലിക്കയുടെ രുചിയുള്ള പുളിപ്പും ചവർപ്പും കലർന്ന ദ്രാവകം അല്പാല്പമായി അകത്താക്കി.

“വിചാരിച്ചതുപോലെ അത്ര വലിയ സംഭവമൊന്നുമല്ല...അല്ലേ..” ജീവിതത്തിലാദ്യമായി വൈൻ രുചിച്ച രേഖ സംഭ്രമത്തോടെ മറ്റുള്ളവരെ നോക്കി. അവസാനതുള്ളിയും ഉള്ളിലാക്കിയ മചിത്ര കാലിക്കുപ്പി തിരികെവച്ചു. താക്കോൽ യഥാസ്ഥാനത്ത് കൊളുത്തിയിട്ടു. നേരം വെളുക്കാൻ ഇനിയധികമില്ലെന്നറിയിച്ചുകൊണ്ട് അണ്ണ്യാളച്ചന്റെ കോഴികൾ കൂകി. ഉറക്കത്തിന്റെ ആധിക്യം തലയ്ക്കുപിടിച്ചിട്ടാണോ അതോ വൈനിന്റെ മത്ത് കയറിട്ടാണോ എന്നറിയില്ല അവർക്ക് തലകറക്കം അനുഭവപ്പെട്ടത്. എന്തായാലും ആദ്യം തലകറക്കം വന്നത് ഡസ്ക്കിനു മുകളിലിരുന്ന നിമിതയ്ക്കാണ്. താഴെവീഴുമ്പോലെ.... പിന്നെയൊന്നും ഓർമ്മയില്ല.

രാവിലെ ഒമ്പതരയായിട്ടും സ്റ്റഡിഹാളിൽക്കിടന്നുറങ്ങുന്ന തങ്ങളെ കൗതുകപൂർവ്വം നോക്കിനില്ക്കുന്ന ഹോസ്റ്റൽമേറ്റ്സിനെ കണ്ടുകൊണ്ടാണ് അന്നു മചിത്രയും കൂട്ടരും ഉറക്കമുണർന്നത്.പുലർച്ചെ ആറുമണിക്ക് സ്റ്റഡിഹാളിനു സമീപമുള്ള ഇരുമ്പ്ഗ്രിൽ തുറന്ന് ലൂഥറൻ ദേവാലയത്തിലേക്ക് പ്രാർത്ഥനയ്ക്കു പോവുകയായിരുന്ന സിസ്റ്റർമാർ ബോധമില്ലാതുറങ്ങുന്ന അവരെക്കണ്ടിട്ട് മറ്റു പിള്ളേരെ ഉപദേശിച്ചു “പഠിച്ചു തളർന്ന് സ്റ്റഡിഹാളിൽക്കിടന്നുറങ്ങുന്ന ഇവരെ കണ്ടുപഠിക്ക്. പഠനത്തോടുള്ള അവരുടെ ഡെഡിക്കേഷൻ നിങ്ങൾ മാതൃകയാക്കണം...”

പത്ത്

നക്ഷത്രങ്ങളെ നോക്കി പുഞ്ചിരിച്ചപ്പോൾ മേഘങ്ങൾ പരിഭവം പൂണ്ടു. നിലാവിനെ നെഞ്ചിലേറ്റിയപ്പോൾ പകൽ ഉൾവലിഞ്ഞു. ചെടിത്തണ്ടിൽ മൊട്ടു തിരഞ്ഞപ്പോൾ പൂക്കൾ അടർന്നു വീണു. ഇന്നു ജീവിച്ചുകൊണ്ട് നാളെയെക്കുറിച്ച് ആശങ്കപ്പെട്ടു. ഇന്നലെയെ സ്മരിച്ചു. ജീവിച്ചുവെന്ന് അനുഭവവേദ്യമാക്കുന്നത് ഇന്നലെകൾ മാത്രം. ഇന്നും നാളെയും തികച്ചും അപ്രസക്തം. ആദ്യവസാനം ഇന്നലെകൾ മാത്രം.

സപ്പോട്ടമരം പടർന്നു പന്തലിച്ച് നിലംതൊട്ടു നില്ക്കുന്ന വഴിയിലൂടെ കാമ്പസിലേക്കു പോകുമ്പോഴും തിരിച്ചുവരുമ്പോഴുമൊക്കെ ചിലപ്പോൾ ഫ്രാൻസിസ് ബ്രദറിനെ കാണും. സൗമ്യമായി പുഞ്ചിരിക്കുന്ന ആഢ്യരൂപം. വെള്ള ളോഹയണിഞ്ഞ ഫ്രാൻസിസ് ബ്രദർ അതിനുമീതെ ബെൽറ്റുപോലെ തോന്നിക്കുമാറുള്ള ഒരു കറുത്ത ചരട് കെട്ടിയിരിക്കും. ആ ചരടിന്റെ അറ്റം പാദത്തിലെ ഷൂവിൽ തട്ടിനില്ക്കും. കൂട്ടമായി പോവുകയും വരികയും ചെയ്യുന്ന പിള്ളേരെനോക്കി ബ്രദർ അഭിവാദ്യം ചെയ്യു

മ്പോൾ അവരും പ്രത്യഭിവാദനം ചെയ്തുകൊണ്ട് കൈവീശിക്കാണിക്കും. ഫ്രാൻസിസ് ബ്രദറെക്കടന്ന് അല്പം മുമ്പിലെത്തുന്നതോടെ നിമിത തനിക്കേറെ ഇഷ്ടപ്പെട്ട പാശ്ചാത്യ കഥയിലെ ജൊനാഥൻ എന്ന കഥാപാത്രത്തിനു സങ്കല്പത്തിൽ താൻ കല്പിച്ച വേഷം ബ്രദറിനു നല്കും. അതിൽ വെള്ള ളോഹയും കറുത്തചരടും ഷൂവും കൂടാതെ ബ്രദർ ഒരു തൊപ്പികൂടി അണിഞ്ഞിരിക്കും. മജീഷ്യന്മാർ ധരിക്കാറുള്ളതു പോലുള്ള തൊപ്പി. നടുക്കുയർന്നു നില്ക്കുന്നതും ചുറ്റും വരമ്പുള്ളതുമായ തൊപ്പി. പിന്നീട് ബ്രദർ മുറ്റത്തുനില്ക്കുന്ന കുതിരവണ്ടിയിൽക്കയറി ഇടതു കൈയിൽ കുതിരകളെ നിയന്ത്രിക്കുന്ന കടിഞ്ഞാണും പിടിച്ച് വലതു കൈയിൽ കരുതിയിരിക്കുന്ന ചാട്ടകൊണ്ട് അവയെ ആഞ്ഞടിക്കും. കുതിരകൾ ചിനച്ച് വേഗത്തിൽ പായും. ബ്രദറിനേയുംകൊണ്ട് പായുന്ന കറുത്തകുതിരകളുടെ കുളമ്പടി ശബ്ദത്തിൽ വിജനമായ അന്തരീക്ഷം വിറകൊള്ളും.

നിമിത ചിരിക്കുമ്പോൾ സന്തോഷിക്കുകയും കരയുമ്പോൾ വിഷമിക്കുകയും അവൾ വീട്ടിലേക്കു പോകാനിറങ്ങുമ്പോൾ പിന്നാലെ ചെന്ന് പെട്ടെന്ന് തിരിച്ചുവന്നേക്കണേയെന്ന് പറയുകയും ചെയ്യാറുള്ള മിൻസി വല്ലരെ ഉത്സാഹത്തിലാണ്. കാരണം നാളെ ഞായറാഴ്ചയാണ് എന്നതു തന്നെ.

"ഹായ്! നാളെ ഞായറാഴ്ച. രാവിലെ ബ്രഡ്ഡും മുട്ടക്കറിയും. ഉച്ചയ്ക്ക് ബീഫ് ഫ്രൈ... ഹെന്റമ്മോ.... വായിൽ വെള്ളമൂറുന്നു..." മിൻസി തുള്ളിച്ചാടി.

"ങ്ഹും. സോമാലിയയിലെ പട്ടിണിപ്പാവങ്ങൾക്കുപോലും ഭക്ഷണത്തോടിത്ര ആർത്തികാണില്ല...." അതുകേട്ട ലിസി തെല്ലുനീരസത്തോടെ പറഞ്ഞു.

"എത്ര ആർത്തിയുണ്ടെങ്കിലും ഞാനൊന്നും മോഷ്ടിച്ചുതിന്നാറില്ല " മിൻസി ലിസിയെ ഊന്നിപ്പറഞ്ഞു.

"ങ്ഹാ.. ചിലരൊക്കെ അങ്ങനെയാ... കക്കാറില്ല. എന്നാൽ കട്ടെടുത്ത മുതലിന്റെ പങ്കു പറ്റും..." ലിസിയും തിരിച്ചടിച്ചു.

"ഞാനൊരു തമാശ പറഞ്ഞതല്ലേടീ... നീയൊന്നു ക്ഷമി.. " മിൻസി ലിസിയുടെ കവിളിൽ പിച്ചി.

ലിസിയതു ഗൗനിക്കാതെ ചോദിച്ചു "രാവിലെ എണീറ്റയുടൻ നിന്റെ അപ്പാപ്പൻ കൊണ്ടു തരവോ ബ്രഡ്ഡും മുട്ടേം... വെളുപ്പാൻകാലത്തെണീറ്റ് കുർബ്ബാനയ്ക്കു പോയി വന്ന ശേഷമല്ലേ ബ്രേക്ക്ഫാസ്റ്റ്....?"

"എടീ ലിസീ... ഭക്ഷണത്തിന്റെ സുഖമോർത്ത് പരപരാവെളുക്കുമ്പം എഴുന്നേല്ക്കണമല്ലോയെന്ന ദു:ഖം മറക്കാം... "മിൻസി പറഞ്ഞു.

"ലുമിനാ രാവിലെ മദർ വിളിക്കുമ്പോ ഞാൻ നേരത്തെതന്നെ പള്ളിയിലേക്കു പോയെന്നു പറയണം..." അതുംപറഞ്ഞ് ലിസി കട്ടിലിനടിയിൽക്കയറി പുതച്ചുമൂടിക്കിടന്നു.

“ങ്ഹാ ചുള്ളിക്കമ്പിന്റെയത്രയുള്ള നിനക്ക് എവിടെ വേണോ കിടക്കാല്ലോ...” ലുമിന കളിയാക്കി.

“ചുള്ളിക്കമ്പ് നിന്റെ മറ്റവൻ.. പോടി പട്ടീ ... ”ലിസി ആക്രോശിച്ചു.

പുതച്ചുമൂടിക്കിടന്ന അവരെ ഉണർത്തിയതേ മദർ സുപ്പീരിയർ സോഫിയയുടെ ശബ്ദമാണ്. സെക്കന്റ് ഇയർ ഡിഗ്രിക്കാരുടെ ഡോർമിറ്ററിയിൽനിന്നും കേട്ട ശബ്ദം അടുത്തടുത്ത് അവരുടെ ഡോർമിറ്ററിയിലുമെത്തി. “ മിൻസീ...എണീക്ക്... റാണീ...ലുമിനാ... വേഗമാവട്ടെ. കുർബ്ബാനയ്ക്കു സമയമായി...” ഡോർമിറ്ററികൾതോറും കയറിയിറങ്ങി മദർ ഓരോരുത്തരേയും വിളിച്ചുണർത്തി. ആദ്യം എഴുന്നേറ്റവർ മദർ അപ്പുറത്തേക്കു മാറിയപ്പോൾ വീണ്ടും പുതച്ചുകിടന്നു. ഒടുവിൽ മദറിന്റെ വടിപ്രയോഗത്തിൽ എല്ലാവരും ഉണർന്നു. ലിസി അപ്പോഴും കട്ടിലിനടിയിൽ സുഖനിദ്രയിലായിരുന്നു. ഉറക്കച്ചടവിൽ പല്ലുതേച്ച് വസ്ത്രം മാറിവന്ന മിൻസി ഡസ്ക്കിൽ വലിച്ചുവാരിയിട്ടിരുന്ന പുസ്തകക്കൂട്ടത്തിൽ നിന്നും കറുത്ത കട്ടിയുള്ള ചട്ടയോടു കൂടിയ ബൈബിളുമെടുത്ത് നടന്നു. ഉറങ്ങിയും ഉറങ്ങാതെയും മറ്റുള്ളവരും.

നിമിത മുകൾ നിലയിൽനിന്ന് ജനാലയിലൂടെ നോക്കി. മഞ്ഞുമലയെ തൊട്ടുനീങ്ങുന്ന വെള്ളമേഘങ്ങൾപോലെ ശുഭ്രവസ്ത്രധാരികളായ സിസ്റ്റർമാർ ഇടവഴിയിലൂടെ അങ്ങനെ നിരനിരയായിപ്പോകുന്നു.പിന്നാലെ അലങ്കോലമായി പിള്ളേരും. ഇനി ഒമ്പതുമണിവരെ ഹോസ്റ്റൽ ശാന്തം. മുൻകൂട്ടി പിടിച്ചുവച്ചതിൻ പ്രകാരം എട്ടുമുപ്പതിന് ലിസിയുടെ അലാറമടിച്ചു. കട്ടിലിനടിയിൽ നിന്നും എഴുന്നേറ്റ ലിസി പല്ലുതേച്ചുകഴിഞ്ഞ് ഹാളിൽ ബൈബിൾ വായിക്കാനെത്തി.

“നോക്കണ്ടാ...ബൈബിൾ മിൻസി കൊണ്ടുപോയി...” നിമിത പറഞ്ഞു.

“അവളതെടുക്കാതിരിക്കാൻ വേണ്ടി ഞാനതിവിടെ സുരക്ഷിതമായി സൂക്ഷിച്ചിട്ടൊണ്ട് ” അതുംപറഞ്ഞ് ലിസി ഡസ്ക്കിനടിയിൽനിന്നും ബൈബിളെടുത്ത് വായിക്കാൻ തുടങ്ങി... “അവൻ വളർന്ന നസറെത്തിൽ വന്നു, ശബ്ബത്തിൽ തന്റെ പതിവുപോലെ പള്ളിയിൽ ചെന്നു വായിപ്പാൻ എഴുന്നേറ്റു നിന്നു. യെശയ്യാ പ്രവാചകന്റെ പുസ്തകം അവനു കൊടുത്തു; അവൻ പുസ്തകം വിടർത്തി.”

നിമിത തലയിൽ കൈവച്ചു. ഈശ്വരാ... അപ്പോൾ മിൻസി കൊണ്ടുപോയത്! ഡാവിഞ്ചി കോഡാണോ... ? ദൈവമേ! രണ്ടുവർഷം മുമ്പ് എന്റെ ഗ്രന്ഥശേഖരത്തിൽ ഇടംപിടിച്ച കൃതി. എത്ര ആവർത്തി അതുവായിച്ചു. ആറോ ഏഴോ? വായിക്കുന്തോറും ആസ്വാദ്യതയേറുന്ന രചന. അതിലെ സോഫി നിവിയു സെയന്റ് ക്ലെയറപ്പോലെ സാഹസികയാവാൻ കൊതിച്ചുപോയിട്ടുണ്ട്. പക്ഷേ, ആരാണ് എന്റെ റോബർട്ട് ലാങ്ഡൺ? സോഫിയുടെ താല്പര്യാർത്ഥം അവൾക്കു വേണ്ടി അന്വേഷണം നടത്തുന്ന കലാഭിജ്ഞൻ.. ചരിത്രപണ്ഡിതൻ... എനിക്കു പരിചിതമായ ഏതു മുഖത്താണ് റോബർട്ടിനെ കാണേണ്ടത്. റോഷ്നി സക്കറിയയിൽനിന്നും

പുസ്തകത്തെപ്പറ്റി കേട്ട കൂട്ടുകാരികളുടെ തൃഷ്ണ ശമിപ്പിക്കാൻ നിമിതയത് ഹോസ്റ്റൽ ചുറ്റുമതിലിനകത്ത് എത്തിച്ചു. ഒരു നിരോധിതവസ്തു ഒളിച്ചുകടത്തുന്ന ജാഗ്രതയോടെ. 'മതവിരുദ്ധമായത്' എന്ന് കന്യാസ്ത്രീമാർ കരുതുന്ന പുസ്തകത്തെ അവരിൽനിന്നും മറയ്ക്കാൻ മചിത്രയും കൂട്ടരും കണ്ടുപിടിച്ചമാർഗ്ഗമാണ് കറുത്ത ബയന്റിങ്. പിള്ളേർ അതു വായിക്കുമ്പോൾ സിസ്റ്റർമാർ സന്തോഷിക്കും 'ബൈബിൾ വായിക്കയാണല്ലോ...' ദൈവമേ ഇന്നെന്തായാലും കള്ളി വെളിച്ചത്തായതു തന്നെ. സിസ്റ്റർമാർ ആരെങ്കിലും ബൈബിൾ വാങ്ങിനോക്കിയാൽ...

"ഹൊ! ഇന്നു നല്ല രസമായിരിക്കും. മദർ ഉപദേശിക്കുന്നതും സിസ്റ്റർമാർ തെറിപറയുന്നതും മിൻസി കരയുന്നതുമെല്ലാം..."ലിസി ചെറുചിരിയോടുകൂടിപ്പറഞ്ഞു.

കുർബ്ബാനയിലുടനീളം മിൻസി ബൈബിൾ തുറക്കാതിരുന്നതും അതുകഴിഞ്ഞയുടനെ പള്ളിയങ്കണത്തിൽക്കണ്ട സഹപാഠികളോട് സംസാരിച്ചു നിന്നതും 'സിസ്റ്ററേ... ഇപ്പോൾ പോകുന്നെങ്കിൽ ഇതുകൂടി കൊണ്ടുപോകാമോ?' എന്നു ചോദിച്ച് ബൈബിൾ എൽസമ്മ സിസ്റ്ററെ ഏല്പിച്ചതും അതു മറിച്ചുനോക്കിയ സിസ്റ്റർമാർ ഞെട്ടിയതും അവരതു മദർസുപ്പീരിയറിനു കൈമാറിയതും, അവർക്കെല്ലാം മിൻസി വെറുക്കപ്പെട്ടവളായി മാറിയതും പിന്നീട് നടന്ന പുകിൽ. കരഞ്ഞുകലങ്ങിയ കണ്ണുകളുമായി ചോറിനുമീതെ ചൂണ്ടുവിരൽകൊണ്ട് പരതിപ്പരതിയിരുന്ന മിൻസിയെ നോക്കി ബീഫ് ഫ്രൈ കഷണങ്ങൾ ആസ്വദിച്ച് ചവച്ചുകൊണ്ടിരുന്ന ലിസി, ലുമിനയോടായി പറഞ്ഞു "ഹായ്... ഇന്നത്തെ ഫ്രൈക്ക് വല്ലാത്ത ടേസ്റ്റ്. രാവിലത്തെ മുട്ടക്കറിക്കുമതെ.. മുടിഞ്ഞ രുചിയായിരുന്നു."

"ശവത്തിൽക്കുത്തല്ലേടീ..." ലുമിന ശാസിച്ചു. മിൻസിയുടെ ഏങ്ങലടി ഉച്ചത്തിലായി.

വൈകുന്നേരം നടക്കാനിറങ്ങിയപ്പോൾ നിമിത പള്ളിമുറ്റത്തൊന്നു കയറി. വടക്കേകോണിൽ പന്തലിച്ചു നില്ക്കുന്ന ഞാറമരത്തിനു ചുറ്റും നിലത്ത് പൊട്ടിക്കിടക്കുന്ന ഫലങ്ങൾ. നീലിച്ച രക്തവർണ്ണം! അവൾ അതിൽ നിന്നൊന്നെടുത്ത് വായിലിട്ടു. നല്ല മധുരം. കാറ്റിന്റെ മർമ്മരമൊഴിച്ചാൽ അവിടം നിശ്ശബ്ദമായിരുന്നു. ഏതു കോണിൽനിന്നു നോക്കിയാലും ഒരുപോലെ തോന്നിക്കുന്ന പള്ളിയിടം. പള്ളിക്കു മുകളിലായി ചുറ്റി ചാഞ്ഞുകിടക്കുന്ന മരക്കൊമ്പുകൾ. ഷഡ്ഭുജാകൃതിയിലുള്ള കല്ലുകളാൽ നിർമ്മിതമായ പള്ളി. അതവളുടെ ഭാവനയെ ഉദ്ദീപിപ്പിച്ചു. പാശ്ചാത്യ കഥയിലെ ഒറ്റപ്പെട്ടുനില്ക്കുന്ന കരിങ്കൽക്കോട്ടയ്ക്കു മുമ്പിലായിരുന്നു നിമിതയപ്പോൾ. ചുറ്റുപാടും ഭീതിപടർത്തിക്കൊണ്ട് അടുത്തുവരുന്ന കുതിരക്കുളമ്പടി ശബ്ദംകേട്ട് അവൾ മറഞ്ഞുനിന്നു. മുഖത്താകമാനം ക്രുദ്ധഭാവമുള്ള നിലയങ്കിയണിഞ്ഞ ഒരു ആജാനബാഹു കുതിരവണ്ടിയിൽ നിന്നും ചാടിയിറങ്ങി കോട്ടവാതിലിന്റെ ഇരുമ്പുതാഴു തുറന്ന് അകത്തു

കയറി. ഘനമേറിയ വാതിൽപ്പാളികൾ മലർക്കെ തുറന്ന ശബ്ദം നിശ്ശബ്ദതയിൽ മാറ്റൊലിക്കൊണ്ടു. കടവാവലുകൾ മുഴക്കത്തോടെ ചിറകടിച്ചുയർന്നു. ഭിത്തിയുടെ ചെറിയ തുളകളിലൂടെ അരിച്ചിറങ്ങിയ പ്രകാശം ചിലന്തിവലകൾ നിറഞ്ഞ നീണ്ട ഇടനാഴിയെ അല്പം ജ്വലിപ്പിച്ചു. ബൂട്ടിന്റെ പരുക്കൻ ശബ്ദം അടുത്തു വരുന്തോറും അവൾ വിറകൊള്ളാൻ തുടങ്ങി.

കോട്ടവാതിലുകളിൽ താഴുവീണു. ഒട്ടും അമാന്തിക്കാതെ നിമിത അയാളുടെമേൽ ചാടിവീണ് കഴുത്തിനു പിടിച്ചലറി.... "നീയല്ലേ അനീറ്റയെക്കൊന്നത്? പറയ്... എന്തിനുവേണ്ടിയായിരുന്നു."

"ഏത് അനീറ്റ?" അയാൾ മുരണ്ടു

"നിനക്കറിയില്ല...അല്ലേ...? വിൻഡോ ദാറ്റ് ഓപ്പൺസ് ടു സമ്മറിലെ ജനീഫറുടെ സുഹൃത്ത് അനീറ്റയെ? അവളെങ്ങനെയാ യൂക്കാലിപ്റ്റസ് മരങ്ങൾക്കിടയിൽ മരിച്ചുകിടന്നത്....?"

"എന്താ... എന്താ കുട്ടീ.. ഇത്? നീയെന്തായി ചെയ്യുന്നത്? പാവം ഫ്രാൻസിസ് ബ്രദറിനെ എന്തിനാ തല്ലുന്നത്?" ഒരുപാട് സ്വരങ്ങൾ അവളുടെ ചെവിയിൽ വന്നലച്ചു. ഒരുപാട് കൈകൾ അവളെ പിടിച്ചുമാറ്റി. ചുറ്റും നിന്നവർ പരിഹാസപൂർവ്വം അവളെ നോക്കി പറഞ്ഞു. "ഭ്രാന്തുണ്ടെങ്കിൽ വല്ല ആശുപത്രിയിലും പോയിക്കിടക്കണം..."

മറ്റുള്ളവരെല്ലാമൊഴിഞ്ഞു പോയശേഷം റോഷ്നി സക്കറിയ നിമിതയ്ക്കടുത്തേക്കുവന്ന് പറഞ്ഞു "കഥ വായിച്ചാൽ മനസ്സിലിരിക്കണം. കഥാപാത്രമായി മാറരുത്..."

"ഐ ആം സോറി ഫ്രാൻസിസ് ബ്രദർ..." നിമിത ദേവാലയത്തിലേക്കുറ്റു നോക്കി.

നീലാകാശത്തിനു കീഴെ ഇരുൾ പെയ്തിറങ്ങി. നിമിതയുടെ മനസ്സ് നിയന്ത്രണാതീതമായി പറന്നു.. "അനീറ്റയുടെ കഴുത്തിൽ ആഴത്തിലുള്ള രണ്ടു മുറിവുകൾ ഇല്ലായിരുന്നു. അതോ ഉണ്ടായിരുന്നോ? അതേക്കുറിച്ചൊന്നും പറയുന്നില്ലല്ലോ? കഷ്ടം! മുറിവുണ്ടായിരുന്നുവെങ്കിൽ തീർച്ചയായും ഉറപ്പിക്കാമായിരുന്നു, കുതിരവണ്ടിയിലേറി വന്ന കോട്ടയുടെ അധിപൻ കടവാവലുകൾക്ക് രക്തം കുടിക്കാനായി അവളെ നല്കി എന്ന്."

കെട്ടിയിടപ്പെട്ടവന്റെ സ്വാതന്ത്ര്യദാഹംപോലെ നിമിതയുടെ സ്വത്വം തന്റെ യഥാർത്ഥ സത്തയെ പരതിക്കൊണ്ടിരുന്നു.

പതിനൊന്ന്

ഓരോ മനുഷ്യന്റെയും ഉള്ളിൽ കോർത്തിട്ടിരിക്കുന്ന സത്യങ്ങളുടെ പ്രതിഫലനമാണ് അവന്റെ നിഗൂഢതകൾ. ഒരിക്കലും ചുരുളഴിക്കാതെ സത്യങ്ങളെ രഹസ്യങ്ങളായി സൂക്ഷിച്ച് ഭൂമിയിൽ ജീവിച്ചകന്നുപോകുന്ന അനേകം മനുഷ്യജീവിതങ്ങളാണ് പ്രപഞ്ചത്തെ നിഗൂഢതയുടെ കലവ

റയാക്കി മാറ്റുന്നത്.

സ്മൃതിയിൽ ഗൂഢത ഒളിഞ്ഞിരിപ്പുണ്ട്. അവളുടെ പെരുമാറ്റത്തിൽ നിഴലിക്കുന്ന വൈകല്യങ്ങൾ അതു വിളിച്ചു പറയുന്നുണ്ട്. അവളെ ആവരണം ചെയ്തു നില്ക്കുന്ന നിഗൂഢത അഗൂഢമാക്കപ്പെടുമ്പോൾ തെളിയുക നീതിയുടെ മുഖമാകും. ആഷ്‌ലിനു നിഷേധിക്കപ്പെട്ട നീതി ... സ്മൃതിയിൽ അത്തരത്തിലൊന്നുമില്ലെങ്കിലോ .... അവൾ കളങ്കിതയല്ലെങ്കിൽപ്പിന്നെ ഞാൻ കണ്ടതെല്ലാം മിഥ്യാലോകത്തെ മായയോ ...? ആത്മീയൗന്നത്യമുള്ള ഫ്രാൻസിസ് ബ്രദറിനെപ്പോലും മനസ്സിൽപതിഞ്ഞൊരു കേവല സാഹിത്യസൃഷ്ടിയുമായി ചേർത്തുവച്ച് പ്രതിക്കൂട്ടിൽ നിർത്തിയ എനിക്കു ചിന്താഭ്രമം ബാധിച്ചുവോ ...? എന്റെ ബുദ്ധിക്ക് ഭ്രംശം സംഭവിച്ചുവോ...? റോഷ്നി സക്കറിയ അഭിപ്രായപ്പെട്ടതുപോലെ ഞാൻ ഏതെങ്കിലും വിഭ്രാമക ഭൂമികയിലാണോ ... അല്ല ... ഒരിക്കലുമല്ല. റോഷ്നി സക്കറിയക്ക് ഒന്നുമറിയില്ല... ഇവിടെ ആർക്കുമൊന്നുമറിയില്ല. സെമിത്തേരി ഞാൻ സൃഷ്ടിച്ച ഭാവനാഭൂമികയൊന്നുമല്ലല്ലോ ... എങ്കിൽ ഞാനറിഞ്ഞതും സത്യം തന്നെ. എനിക്കാരേയും അതു ബോദ്ധ്യപ്പെടുത്തേണ്ടതില്ല ... അല്ലെങ്കിൽത്തന്നെ, ഇവിടെ ആർക്കാണ് സത്യവും അസത്യവും അന്വേഷിക്കാൻ നേരം ... ഈ ലോകത്ത് മറ്റുള്ളവന്റെ നഷ്ടങ്ങളെക്കുറിച്ച് കേൾക്കാൻ ആർക്കാണ് താല്പര്യം ... ഞാൻ കണ്ടതും അറിഞ്ഞതുമെല്ലാം ശരിയോ.... തെറ്റോ...? കുറച്ച് ശരി ... അതിലേറെ തെറ്റ് .... അല്ല .... ഒരേസമയം ഒരുപാട് ശരികൾ .... ഒരല്പം തെറ്റ് .... യാഥാർത്ഥ്യത്തിലൂടെയും ഭാവനയിലൂടെയും സ്വപ്നത്തിലൂടെയും സഞ്ചരിച്ചുകൊണ്ടിരുന്ന നിമിത ഉച്ചതിരിഞ്ഞ നേരം ചാപ്പലിലെ നിശ്ശബ്ദതയിലിരുന്ന് ഉണ്ണിയേശുവിനെ നോക്കി മന്ത്രിച്ചു.

ഉച്ചയൂണിനുശേഷം പിള്ളേരെല്ലാം അവരവരുടെ മുറികളിൽ ചടഞ്ഞുകൂടി. ഫുൾസ്പീഡിലിട്ട ഫാനിന്റെ മുരൾച്ച മാത്രം മുറികൾക്കു പുറത്ത് ബാക്കിയായി. മദറും സിസ്റ്റർമാരും രാവിലെ ഹോസ്റ്റലിൽനിന്നും കുറച്ചകലെയുള്ള കിഴക്കുംകര ഗ്രാമത്തിലെ കോളനി സന്ദർശിക്കുന്നതിനുവേണ്ടി പോയിരുന്നു. കാൽനടയായതുകാരണം അങ്ങോട്ടുമിങ്ങോട്ടും പോയിവരാനായി മാത്രം രണ്ടുമണിക്കൂറെടുക്കും. 'സന്ധ്യകഴിഞ്ഞേ അമ്മേം സിട്ടർമാരും മടങ്ങിയെത്തൂ' ഭക്ഷണം കഴിക്കുന്നതിനിടെ മദറിനെ തിരക്കിയ ഏതൊക്കയോ പിള്ളാരോട് ബീനച്ചേച്ചി പറയുന്നുണ്ടായിരുന്നു. മദറും സിസ്റ്റർമാരും ഹോസ്റ്റലില്ലാത്ത തക്കത്തിന് കിട്ടിയ അവസരം പാഴാക്കാതെ അടുക്കളയിലെ ചെറുപ്പക്കാരികളായ സഹായികൾ ഉച്ചയുറക്കത്തിൽ അമർന്നു. മദർ സുപ്പീരിയർ സോഫിയ ഉച്ചയുറക്കക്കാരെ 'അശ്രീകരങ്ങൾ' എന്നാണ് വിശേഷിപ്പിക്കുന്നത്. അത്തരക്കാരെ പിടികൂടിക്കഴിഞ്ഞാൽ ഉച്ചയുറക്കത്തിന്റെ ദൂഷ്യവശങ്ങളെക്കുറിച്ചു പറഞ്ഞ് കുറഞ്ഞത് അരമണിക്കൂറെങ്കിലും ഗുണദോഷിക്കുക മദറിന്റെ പതിവാണ്. അതുകൊണ്ടുതന്നെ ചുമ്മാതിരുന്ന് മുഷി

ഞാൽപ്പോലും മദറിന്റെ സാന്നിദ്ധ്യമുള്ളപ്പോൾ ഹോസ്റ്റലിലാരും ഉച്ച യ്ക്കുറങ്ങാൻ ധൈര്യപ്പെട്ടിരുന്നില്ല. അവധിയായാലും ആഘോഷമായാലും ബീനച്ചേച്ചിക്കൊരു വിശ്രമമവുമില്ല. എപ്പോഴും ഓടിനടന്ന് പണിയെടു ക്കും. അതാരും ആവശ്യപ്പെട്ടിട്ടല്ല. ബീനച്ചേച്ചി സ്വയം ചെയ്യുന്നതാണ്. ജോലിയോടുള്ള ബീനച്ചേച്ചിയുടെ ആത്മാർത്ഥതയിൽ മദറിനു വലിയ മതിപ്പുണ്ട്.

ചിലപ്പോഴൊക്കെ മദർ ബീനച്ചേച്ചിയോടു പറയും "ബീനാ നീ വേണ മെങ്കിൽ രണ്ടുദിവസം ലീവെടുത്തോളൂ. അടുക്കളക്കാര്യങ്ങൾ ആ പെമ്പി ള്ളേരു നോക്കിക്കോളും." പെമ്പിള്ളേർ എന്നു മദർ ഉദ്ദേശിക്കുന്നത് ബീന ച്ചേച്ചിയുടെ സഹായികളെയാണ്. അതു കേൾക്കുമ്പോൾ ബീനച്ചേച്ചി പറയും "ഓഹ്.... എന്നാ മദറെ.... മെയ്യനങ്ങാതിര്ന്ന് ശമ്പളം പറ്റാനും തോന്നുമ്പ ലീവെടുക്കാനും ഞാൻ വല്ല സർക്കാരുദ്യോഗസ്ഥയുമാണാ... നമ്മളൊക്കെ പണിയെടുത്ത് ജീവിക്കാൻവേണ്ടി ജനിച്ചവരാണ്. മരിക്കു വോളമിങ്ങനെ അദ്ധ്വാനിച്ച് ജീവിച്ചാമതി. അങ്ങനെ കിട്ടുന്ന ആഹാര ത്തിനൊര് സംതൃപ്തിയൊക്കെയൊണ്ട്...."

അർദ്ധമയക്കത്തിൽ നിന്നുണർന്നതുപോലെ നിമിത ചാപ്പലിൽ നിന്നും പുറത്തേക്കിറങ്ങുമ്പോൾ ഹാളിൽ ബക്കറ്റും മോപ്പുമായി ബീന ച്ചേച്ചിയെ കണ്ടു. "ആ .... മോളിതിനകത്തൊണ്ടായിര്ന്നാ.... മുറി അടഞ്ഞു കെടക്കുന്നത് കണ്ടപ്പ ഞാൻ കരുതി മോളും മറ്റ് പുള്ളര മാതിരി അടച്ചുപിടിച്ച് കെടന്നൊറങ്ങേണന്ന് .... മോള് ദൈവവിശ്വാസിയാ അല്ലേ. ഡെറ്റോൾ കലക്കിയ വെള്ളത്തിൽ മോപ്പുമുക്കി ഹാളിലെ മൊസൈക്ക് തറ തുടച്ചുകൊണ്ടിരുന്ന അവർ നിമിതയോടു ചോദിച്ചു. തുടച്ചിട്ടിടത്തു ചവിട്ടാതെ അവർക്കഭിമുഖമായി ഒരിടത്തേക്കൊതുങ്ങി മാറിനിന്നതല്ലാതെ അവൾ ഒന്നും മിണ്ടിയില്ല.

"മോക്കറിയാല്ല ഇന്നല്ലേ ഇത് ചെയ്യാൻ പറ്റൂ. അല്ലാത്തപ്പ ഏതു നേരോം തേരാപ്പാരാ ഓരോന്നീവഴി ഓരോരോ കോലം കെട്ടി നടപ്പല്ലേ... വല്ലവർക്കും ഇവിടെ നിന്ന് പണി ചെയ്യാൻ പറ്റോ.... ഇതും വെറുതെ യാണ് ചെയ്യണത്. രണ്ട് ദെവസം തെകച്ചങ്ങോട്ട് കഴിയണ്ട. അതിനുമുമ്പ് ഇവിടം ചെളിക്കുണ്ട് പോലെയാക്കും. ആ ലിസിയും ലൗലിയും അതു ങ്ങളുടെ കൂടെ വാലായിട്ട് നടക്കണ കൊറെ അലമ്പ് പുള്ളാരുമൊണ്ടല്ലൊ.... അവറ്റകള്ടെ വിചാരമിതൊരു മൈതാനമാണെന്നാണ്. ഏതുനേരോം കുത്തിമറിഞ്ഞുകൊണ്ടൊള്ള ഓട്ടമല്ലേ.... ഹോസ്റ്റലിനകത്ത് ഈ നെഗ ളിപ്പാണെങ്കിപ്പിന്ന ഇവറ്റകളൊക്കെ പൊറത്തേതുപാടായിരിക്കും..." ബീനച്ചേച്ചി അസഹ്യപ്പെട്ടു.

"ങ്ഹാ .... എന്റീശോയേ ... നാളെയിനിയിവിട എന്തൊക്കെ നടക്വോ ആവോ".... നെറ്റിയിലൂടെ ഒലിച്ചിറങ്ങിയ വിയർപ്പുചാലുകളെ കൈത്ത ലംകൊണ്ട് വടിച്ചുകളഞ്ഞ് ബീനച്ചേച്ചി നെടുവീർപ്പുതിർത്തു.

"നാളെയെന്തു വിശേഷം....?" ഒന്നും മനസ്സിലാകാതെ നിമിത ബീന

ച്ചേച്ചിയെ നോക്കി.

"ഈ മാസത്തെ പുള്ളേർക്കൊള്ള മെസ്ഡ്യൂട്ടി നാളെയാണ് തൊട ങ്ങണത്. നാളെ ലിസിക്കും കൂട്ടർക്കുമാണ് ഡ്യൂട്ടി. കഴിഞ്ഞമാസം ലൗലിക്കും മറ്റുമായിരുന്നല്ല. അന്നേരം ഇവിടെ നടന്ന കോലാഹലങ്ങള് മോള് മറന്നാ" അതു കേൾക്കേണ്ട താമസം നിമിതയ്ക്കു ചിരിപൊട്ടി.

എല്ലാ മാസവും അവസാനത്തെ രണ്ടുദിവസം ഹോസ്റ്റലിലെ മെസ്ഡ്യൂട്ടി പിള്ളേർക്കാണ്. ഒരേ കോഴ്സിനു പഠിക്കുന്നവർ, അടുത്ത ടുത്ത മുറികളിൽതാമസിക്കുന്നവർ, ഒരേ ഡോർമിറ്ററിയിൽ തങ്ങുന്നവർ തുടങ്ങിയവയുടെ അടിസ്ഥാനത്തിൽ മദർ സുപ്പീരിയർ പിള്ളേരെ മെസ്ഡ്യൂട്ടിക്കുള്ള ഓരോ ഗ്രൂപ്പുകളായി തിരിച്ചിട്ടുണ്ട്. ഓരോ ഗ്രൂപ്പിനും ഒരു ലീഡറുണ്ടാകും. ഓരോ മാസവും അതിൽ ഏതെങ്കിലും രണ്ടു ഗ്രൂപ്പി നായിരിക്കും അടുത്തടുത്ത ദിവസങ്ങളിലെ ഭക്ഷണച്ചുമതല. ഗുണനി ലവാരമില്ലാത്ത ആഹാരം വിളമ്പിയെന്നും ആവശ്യമായതിലും കുറഞ്ഞ അളവിൽ ഭക്ഷണമുണ്ടാക്കിയെന്നുമൊക്കെയുള്ള ആരോപണപ്രത്യാരോ പണങ്ങൾ മെസ്ഡ്യൂട്ടിക്കിടെ പതിവാണ്. ചിലപ്പോഴൊക്കെ അതിൽ വാസ്തവമുണ്ടുതാനും. പിള്ളേർക്ക് മെസ് ഡ്യൂട്ടിയുള്ളപ്പോൾ അതിനു രണ്ടുദിവസം മുമ്പുതന്നെ ഒരു നിശ്ചിതതുക ചുമതലപ്പെട്ട ഗ്രൂപ്പിനെ ഏല്പിച്ചുകൊണ്ട് മദർ പറയും "ഈ പണംകൊണ്ട് നിങ്ങളാൽ കഴി യുന്നവിധം നല്ല ഭക്ഷണമൊരുക്കണം." മദറിന്റെ ഉപദേശം ശിരസ്സാവ ഹിച്ചവരെപ്പോലെ നില്ക്കുന്ന പിള്ളേർ കാശുമായി മൊത്തവിലയ്ക്കു പേരുകേട്ട തിരുവനന്തപുരത്തെ ചാലക്കമ്പോളത്തിലേക്കു പോകും. ചില്ലറ വില്പനക്കാർക്കു നല്കുന്ന ന്യായവിലയ്ക്ക് ഗുണനിലവാരമുള്ള സാധനങ്ങൾ ലഭ്യമാകുമെങ്കിലും അതു വാങ്ങാതെ മൂന്നാംകിട വിലയ്ക്കു കിട്ടുന്ന പലചരക്കു സാമാനങ്ങളും വാരിത്തട്ടുന്ന അഴുകിയ പച്ചക്ക റികളും വാങ്ങും. ബാക്കിവരുന്ന കാശ് അതാത് ഗ്രൂപ്പിൽപ്പെടുന്നവരെല്ലാം ചേർന്നങ്ങ് വീതിച്ചെടുക്കും. അങ്ങനെ കീശയിലായ കാശിന് തൊട്ടടു ത്ത ഞായറാഴ്ച സിനിമയും ഔട്ടിങ്ങുമായി അവരടിച്ചുപൊളിക്കും. ഇക്ക ഴിഞ്ഞ മാസം ലൗലിയും കൂട്ടരും നടത്തിയ മെസ്ഡ്യൂട്ടിക്കിടെ, ഇത്തര ത്തിൽ കാശുതട്ടാൻ വേണ്ടി പ്രാതൽ മുതൽക്ക് ആഹാരം കുറച്ചുവിള മ്പുകയാണെന്ന് ലിസിയുടെ ഗ്രൂപ്പിലുള്ളവർ മുറുമുറുക്കാൻ തുടങ്ങി. അന്നു വൈകുന്നേരം ചായയ്ക്കൊപ്പമുള്ള ലഘുഭക്ഷണം പരി പ്പുവടയായിരുന്നു. പരിപ്പുവടയ്ക്ക് വലിപ്പം നന്നേ കുറവായിരുന്നു. ചായ കുടിച്ചുകൊണ്ടിരുന്ന ലിസി പരിപ്പുവട കൈയിലെടുത്ത് തിരിച്ചുംമറിച്ചും നോക്കിക്കൊണ്ട് ലൗലിയോട് ചോദിച്ചു "ഇതെന്താ ഇത്രയും ചെറിയ വട. ഇതൊരു കടിക്കുപോലും തികയത്തില്ലല്ലോ. രാവിലത്തെ ദോശയ്ക്കും വട്ടം കുറവായിരുന്നു. അതും മൂന്നുദോശ വീതമാണ് വിള മ്പിയത്." സാധാരണഗതിയിൽ ഹോസ്റ്റലിൽ മൂന്നുമുതൽ ആറുദോശവ

രെയാണ് വിളമ്പാറുള്ളത്. ലിസിയുടെ വർത്തമാനം ലൗലിക്ക് തീരെ ദഹിച്ചില്ല. അവൾ ചീറിക്കൊണ്ട് ലിസിക്കടുത്തേക്കു ചെന്നു "മുറിയിൽ വാ .... നിനക്കു ഞാൻ വലിയ വട കാണിച്ചുതരാം." ലൗലിയുടെ ദ്വയാർത്ഥപ്രയോഗത്തിൽ അന്ധാളിച്ചുപോയ ലിസി ചെവിപൊത്തിക്കൊണ്ട് മെസ്ഹാൾ വിട്ടു. വൈകാതെ ലൗലിയും ചാടിക്കുതിച്ചുകൊണ്ട് തന്റെ മുറിയിലേക്കു പോയി. ഇതിനെല്ലാം മൂകസാക്ഷിയായ മചിത്ര ചായ കുടി കഴിഞ്ഞശേഷം ലൗലിയുടെ റൂമിലേക്ക് ചെല്ലുകയും അവിടെ ആ സമയം ബിക്കിനിയിലും ബ്രായിലും നില്ക്കുകയായിരുന്ന ലൗലിയോടെന്തോ ചോദിക്കുകയും ചെയ്തു. മചിത്രയുടെ ചോദ്യം കേട്ട് കുപിതയായ ലൗലി അവളുടെ മൂക്കുനോക്കി ഒരിടി വച്ചുകൊടുത്തു. പ്ലാസ്റ്ററൊട്ടിച്ച തന്റെ മൂക്കുകണ്ട് കാര്യമന്വേഷിച്ച ചിലരോടൊക്കെ മചിത്ര പറഞ്ഞത്, ഒരു മുഖക്കുരു പഴുത്ത് അമ്പഴങ്ങ മാതിരിയായെന്നും വേദന സഹിക്കാതെയായപ്പോൾ ആശുപത്രിയിൽക്കൊണ്ടുപോയി ചീണ്ടിക്കളഞ്ഞെന്നുമാണ്. അതു കേൾക്കുമ്പോൾ മചിത്രയോടടുത്ത വൃത്തങ്ങൾ ചിരിക്കും.

"നിന്റെ നാവ് നന്നല്ലാത്തതുകൊണ്ടല്ലേ മൂക്കിൽ പ്ലാസ്റ്ററൊട്ടിക്കേണ്ടി വന്നത്. മചിത്രാ നിന്റെ 'പുന്നയ്ക്ക' പ്രയോഗം അല്പം കടുത്തുപോയി. ചീഞ്ഞ ചില ആണുങ്ങൾ പറയുമ്പോലെ. അതു കേട്ടാൽ ആരായാലും ഒന്നു തന്നുപോകും..." ലൗലിയുടെ മുറിയിൽവച്ച് മചിത്ര നടത്തിയ പദപ്രയോഗങ്ങളെ ഉദ്ധരിച്ചുകൊണ്ട് സോന പറഞ്ഞു. നിതംബത്തിന്റെയും സ്തനങ്ങളുടെയും അഴകളവുകൾ പറഞ്ഞ് അഭിമാനം കൊള്ളുക ഹോസ്റ്റലിലെ പിള്ളേർക്കിടയിൽ പതിവാണ്. അളവൊത്തവർ ആത്മവിശ്വാസത്തോടെ നടന്നപ്പോൾ ശുഷ്കഭാഗർ പാഡഡ് ബ്രാകളണിഞ്ഞും സ്വെറ്ററിട്ടും മേനി മുഴുപ്പുള്ളവർക്കൊപ്പമെത്താൻ കിണഞ്ഞുശ്രമിച്ചു. ചിലപ്പോഴൊക്കെ അവർ ആകാരവടിവൊത്തവരുടെ ഇകഴ്ത്തലുകൾ താങ്ങാനാവാതെ അപകർഷബോധത്തിൽ വെന്തുരുകി. പിള്ളേർക്കിടയിലെ ഇത്തരം കോപ്രായങ്ങളെ തരംകിട്ടുമ്പോഴൊക്കെ നിമിതയും റോഷ്നി സക്കറിയയും വിമർശിക്കും "ആന്തരികമായ ശക്തിയാണ് സ്ത്രീയുടെ സൗന്ദര്യം. അമിത ശരീരബോധംകൊണ്ട് അവൾ ഒന്നും നേടുന്നില്ല...."

"സ്ത്രീ വിലയിരുത്തപ്പെടുന്നത് അവളുടെ സൗന്ദര്യം കൊണ്ടുതന്നെയാണ്. കാഴ്ചകളിൽ മയങ്ങുന്നവരാണ് പുരുഷന്മാർ. ഒരു സ്ത്രീയിൽ പുരുഷന്റെ കണ്ണുകളാദ്യം പതിക്കുക അവളുടെ മാറിടങ്ങളിലും നിതംബങ്ങളിലുമാണ്" അവരെ എതിർത്തുകൊണ്ട് മചിത്രയും മലർക്കൊടിയും ഒരേ ശബ്ദത്തിൽ പറയും.

"അപ്പോൾ നിങ്ങൾ മറ്റുള്ളവരുടെ സങ്കല്പത്തിനനുസരിച്ചാണോ നിങ്ങളെ രൂപപ്പെടുത്തുന്നത്...." റോഷ്നി സക്കറിയ ചോദിക്കും.

"എങ്ങനെ വേണമെങ്കിലും നിങ്ങൾക്കു വ്യാഖ്യാനിക്കാം" ഷാംപൂ ചെയ്ത തലമുടി പറത്തിയിട്ട് ഭർത്താവിന്റെ അരക്കെട്ടിൽ കൈയുംചുറ്റി

ബൈക്കിൽ യാത്രചെയ്യുക തന്റെ മധുവിധു സ്വപ്നങ്ങളിലൊന്നായി താലോലിക്കുന്ന മലർക്കൊടി ചിന്തിക്കാൻ മിനക്കെടാത്തവളെപ്പോലെ പറയും.

വൈകാതെ മചിത്രയുടെ 'പുന്നയ്ക്ക' പ്രയോഗം മദറിന്റെ ചെവിയിലുമെത്തി. അതിനെത്തുടർന്ന് ഒരു രാത്രി അത്താഴത്തിനുശേഷം മദർ മചിത്രയെ തന്റെ മുറിയിലേക്കു വിളിപ്പിച്ചു. അവളെ കണ്ടപാടെ മദർ ചോദിച്ചു "എവിടന്നാ കുട്ടീ നീയിത്രയധികം വിവരദോഷം പഠിച്ചത്"

"മദർ.... മദറുദ്ദേശിക്കുന്നതുപോലെയല്ല കാര്യങ്ങൾ. ലൗലിയാണ് എല്ലാത്തിനും കാരണം...." മചിത്രയതു പൂർത്തീകരിക്കും മുമ്പേ മദർ താക്കീതിന്റെ സ്വരത്തിൽ പറഞ്ഞു "മതി. എല്ലാം ഞാനറിഞ്ഞു. സ്വന്തം തെറ്റുകൾ ന്യായീകരിക്കാൻ കുട്ടി ശ്രമിക്കണ്ട. നാണമില്ലേ ഇത്തരം അശ്ലീലഭാഷണം നടത്താൻ...."

"ശ്ലീലാശ്ലീലങ്ങളുടെ അതിർവരമ്പെവിടെയാണെന്ന് മദർ എനിക്കൊന്നു പറഞ്ഞുതരാമോ..." മചിത്രയുടെ ചോദ്യം കേട്ട് ഞെട്ടിയ മദർ മുറിവിട്ടു പോകാൻ ആജ്ഞാപിച്ചുകൊണ്ടവളോടു പറഞ്ഞു "നിങ്ങളെപ്പോലുള്ളവരോടൊന്നും എന്തു പറഞ്ഞിട്ടും കാര്യമില്ല. തലയിൽ നാത്താൻ കുടിയിരിക്കുന്നവർക്കൊക്കെ മുടന്തൻ ന്യായങ്ങൾ പറയാൻ നിന്നെപ്പോലെ വാക്ചാതുരിയുണ്ടാകും."

പിറുപിറുത്തുകൊണ്ട് മുറിവിട്ട മചിത്ര സ്റ്റഡിഹാളിൽ കൂടിയിരുന്ന പിള്ളേരോട് രോഷംകൊണ്ടു "ഇപ്പോൾ ഞാൻ മാത്രം കുറ്റക്കാരി ... ലൗലി പറഞ്ഞതും ചെയ്തതുമൊന്നും കുറ്റമല്ല."

"ഓ.... ലൗലി ചെയ്തതു വലിയ തെറ്റൊന്നുമല്ല. കറന്റുകട്ടുസമയത്ത് ഹോസ്റ്റലിലെ ഏതാണ്ടെല്ലാ പിള്ളേരും ടൂ പീസ് ഡ്രസിൽ ജനാലകളും തുറന്നിട്ടിരിപ്പല്ലേ. പിന്നെ അവളുടെ പ്രയോഗവൈകല്യം.... അതേറ്റുപിടിച്ച് വഷളാക്കിയത് നീയല്ലേ...." സോന ലൗലിയെ ന്യായീകരിച്ചു.

"എന്തായാലും പെൺപിള്ളേരുടെ ഈ ടൂ പീസ് പ്രദർശനം ഷോമാനുപോലും അറിയാം. അതുകൊണ്ടാണവൻ സ്ഥിരമായി കറന്റുകട്ടുസമയത്ത് ഹോസ്റ്റൽ പരിസരത്ത് വരുന്നത്" തുറന്നുവച്ച പുസ്തകത്തിനു മുമ്പിലിരുന്ന് കോട്ടുവായിട്ടുകൊണ്ട് സൗജി പറഞ്ഞു.

കറന്റുകട്ടുസമയത്ത് ഉഷ്ണം സഹിക്കാനാകാതെ പിള്ളേരിലധികവും മുറ്റത്തെ ഉദ്യാനത്തിലഭയം തേടുക പതിവാണ്. കറന്റ് വരുന്നതുവരെ അവർ മദറിനും സിസ്റ്റർമാർക്കുമൊപ്പം ഉദ്യാനത്തിലിരുന്ന് പറച്ചിലും ചിരികളുമായി സമയം പോക്കും. എന്നാൽ പുറത്തിറങ്ങാൻ താല്പര്യമില്ലാത്ത കൂട്ടർ തങ്ങളുടെ ഡോർമിറ്ററികളിലും മുറികളിലും അല്പവസ്ത്രധാരിണികളായി ജനാലയും തുറന്നിട്ടിരിക്കും. സൗജി ആ സമയം ചൂടുവകവയ്ക്കാതെ ജനാലയും പൂട്ടി തലവഴിയേ മൂടിപ്പുതച്ചുകിടക്കും. ഒരിക്കലൊരു കറന്റുകട്ടു സമയത്താണ് സൗജി ഫ്ളാസ്ക്കിൽ വെള്ളം നിറയ്ക്കുന്നതിനായി അടുക്കളയിലേക്കു പോകുന്നവഴി ഇടനാഴിയിൽ

വച്ച് ഏതോ സ്വവർഗ്ഗാനുരാഗി അവളെക്കയറി പിടിച്ചതും ബലമായി ചുംബിച്ചതും. സൗജി ബഹളം വച്ചപ്പോഴേക്കും ആൾ ഇരുട്ടിലൂടെ മറഞ്ഞു. തന്റെ ബഹളംകേട്ട് ടോർച്ചുമായി പിള്ളേരും സിസ്റ്റർമാരും വന്നപ്പോൾ സൗജി നടന്ന കാര്യങ്ങൾ വിശദീകരിച്ചെങ്കിലും ഭൂരിപക്ഷംപേരും അതു വിശ്വസിക്കാൻ തയ്യാറായില്ല. അവരെല്ലാം പറയുന്നത് പെട്ടെന്ന് ഇരുട്ടായപ്പോൾ ഇടനാഴിയിൽ ഒറ്റപ്പെട്ടുപോയ അവളുടെ മനസ്സിന്റെ തോന്നലാണാ കയറിപ്പിടിത്തമെന്നാണ്. എന്നാൽ അനുഭവിച്ചവർക്കല്ലേ അതിന്റെ യാഥാർത്ഥ്യമറിയൂ! ഹോസ്റ്റലിൽ ഏതാനും ജോടി സ്വവർഗ്ഗാനുരാഗികളുണ്ട്. പിള്ളേർ അവരെ ചന്ദനമരങ്ങൾ എന്നാണ് വിശേഷിപ്പിക്കുന്നത്. തന്നെ കീഴ്പ്പെടുത്തിയത് ചന്ദനമരങ്ങളിൽപ്പെട്ട ആരുമല്ലെന്നും ഹോസ്റ്റലിന്റെ അകത്തളങ്ങളിൽ ഇണയെത്തേടി നടക്കുന്ന ഏകാകിയായ എതോ പ്രണയിയാണെന്നും സൗജി ഉറച്ചുവിശ്വസിക്കുന്നു. ഇരുട്ടിൽ കുടഞ്ഞെഴുന്നേല്ക്കുന്ന ആ നിശ്ശബ്ദാനുരാഗി തന്റെ പേടിസ്വപ്നമായതിൽപ്പിന്നെയാണ് കറന്റുകട്ടുസമയത്ത് സൗജി പുറത്തിറങ്ങാത്തത്.

"മചിത്ര ചെയ്തതു തെറ്റാണെങ്കിൽ ലൗലി ചെയ്തതും തെറ്റു തന്നെ. അല്ലെങ്കിലും ലൗലിക്കൊരെല്ല് കൂടുതലാണ്" മുമ്പ് സിനിമാ തിയേറ്ററിൽവച്ച് ലൗലി ഒരുത്തനെ ഇടിച്ചൊതുക്കിയ കഥ അനുസ്മരിച്ചുകൊണ്ട് തുഷാര പറഞ്ഞു.

മിലിട്ടറിയിൽ നഴ്സായ എലിസബത്ത് തോമസിന്റെ മകൾ ലൗലി കരാട്ടേയിൽ ബ്ലാക്ക് ബെൽറ്റാണ്. അവൾ പ്ലസ്ടുവരെ പഠിച്ചതും വളർന്നതുമെല്ലാം ഗുജറാത്തിലാണ്. ലൗലിയുടെ അമ്മ കോട്ടയം ഭരണങ്ങാനം സ്വദേശിയാണ്. അവളുടെ അച്ഛനെക്കുറിച്ചുള്ള വിവരങ്ങൾ ഹോസ്റ്റലിലാർക്കും അറിവില്ല. കുട്ടിത്തമുള്ള മുഖവും ഹിന്ദി നടിമാരുടേതുപോലെ ഒതുങ്ങിയ ശരീരവുമുള്ള ലൗലി മിതഭാഷിയും മുൻകോപിയുമാണ്. പൊതുവേ നിരുപദ്രവകാരിയായ അവൾ സൗഹൃദം പുലർത്തുന്നത് വിരലിലെണ്ണാവുന്നവരോടാണ്. മറ്റുള്ളവരോട് അത്യാവശ്യത്തിനു മിണ്ടുകയോ വല്ലപ്പോഴുമൊന്ന് ചിരിക്കുകയോ ചെയ്താലായി. എൽസമ്മ സിസ്റ്റർക്കെന്തോ ലൗലിയോടൊരു പ്രത്യേകവാത്സല്യമാണ്. തുഷാരയ്ക്കതു കാണുമ്പോൾ കലികയറും. ഹോസ്റ്റലിലെ പേരെടുത്ത ലൗലി വിരോധിയാണ് ജേർണലിസം പി ജി വിദ്യാർത്ഥിനിയായ തുഷാര. മറ്റുള്ളവരുടെ കണ്ണിൽ അതിനു മതിയായ കാരണങ്ങളില്ല. എന്നാൽ തന്റെ കാമുകൻ രോഹിത് തങ്ങളുടെ സ്വകാര്യ സംഗമങ്ങൾക്കിടെ വല്ലപ്പോഴുമൊക്കെ ലൗലിയെക്കുറിച്ച് പരാമർശിക്കുന്നതാണ് തുഷാരയെ ചൊടിപ്പിക്കുന്നത്. ഒരിക്കലൊരു അവധി ദിവസം പിള്ളേരൊരുമിച്ച് തിരുവനന്തപുരത്തെ പ്രശസ്തമായ അതുല്യ തിയേറ്ററിൽ *പൈറേറ്റ്സ് ഓഫ് ദ കരീബിയൻ* എന്ന ത്രീഡി ചിത്രം കാണാൻ പോയി. തിയേറ്ററിൽ രണ്ടു നിരകളിലായിരുന്ന പിള്ളേരുടെ തൊട്ടുപിന്നിലെ നിരയിലിരുന്നിരുന്ന

ഏതോ ഒരു ഞരമ്പുരോഗി പിള്ളേരിലൊരുവൾക്കിട്ടു തോണ്ടി. തോണ്ടു കിട്ടിയ പെൺകുട്ടി ഒന്നുരണ്ടു തവണ അവന്റെ കൈപിടിച്ചു മാറ്റുകയും അസ്വസ്ഥത പ്രകടമാക്കുകയും ചെയ്തെങ്കിലും ഞരമ്പുരോഗി പിന്മാറാൻ കൂട്ടാക്കിയില്ല. ഇതു ശ്രദ്ധയിൽപ്പെട്ട ലൗലി ഇടവേള സമയത്ത് തിയേറ്ററിൽ ലൈറ്റ് തെളിഞ്ഞതും ചാടിയെണീറ്റുചെന്ന് അവന്റെ മർമ്മസ്ഥാനം നോക്കി ഇടിച്ചു. ലൗലിയുടെ ഇടിയേറ്റു കറങ്ങിയ ശല്യക്കാരൻ പരിക്കേറ്റയിടം പൊത്തിപ്പിടിച്ചുകൊണ്ട് ഏന്തിയേന്തി പുറത്തേക്കുപോകുന്നതിനിടെ വിസിലൂതുംപോലെയുള്ള സ്വരത്തിൽ പറഞ്ഞു "പുറത്തേക്കുവാടീ ... നിന്നെ ഞാൻ കാണിച്ചു തരാം...." അതു കേട്ടതും "നിന്നു ചിലയ്ക്കാതെ ഇറങ്ങിപ്പോടാ ..." എന്നാക്രോശിച്ചുകൊണ്ട് ലൗലി അവന്റെ ചന്തിക്കിട്ടൊരു ചവിട്ടുകൂടി കൊടുത്തു. തിയേറ്ററിൽവച്ചുള്ള ലൗലിയുടെ പ്രകടനത്തിനു സാക്ഷിയായ രോഹിത് ഒരിക്കൽ കോവളം കടപ്പുറത്തിരിക്കുമ്പോൾ തുഷാരയോടു പറഞ്ഞു "നിന്റെ ഹോസ്റ്റലിലെ ആലിലവയറുള്ള സുന്ദരിയോട് പറയ് ഈ കടപ്പുറത്തെ പൂവാലന്മാരെയൊന്ന് ഇടിച്ചൊതുക്കാൻ. പിന്നെ നമുക്കീ പാറക്കൂട്ടത്തിലിരുന്ന് പതഞ്ഞുപൊന്തുന്ന തിരമാലകളിൽ നനഞ്ഞ് സ്വസ്ഥമായി പ്രണയിക്കാം."

അതുകേട്ടപ്പോൾ തികട്ടിവന്ന തുഷാര ചോദിച്ചു "ലൗലിയോടു പറഞ്ഞിട്ടല്ലല്ലോ നമ്മൾ പ്രണയിച്ചു തുടങ്ങിയത്..."

"ലൗലി വരുംവരായ്കകളെക്കുറിച്ചാലോചിക്കാതെ നിർഭയം പ്രതികരിക്കുന്നു. അത് അഭിനന്ദനാർഹമാണ്"

"ങ്ഹും.... ലൗലിയത്ര നല്ല പാർട്ടിയൊന്നുമല്ല. സ്വന്തം കൂട്ടുകാരിയുടെ വിവാഹത്തിനു കോണ്ടം സമ്മാനമായി നല്കിയവളാ..." അവന്റെ അഭിപ്രായത്തെ ഖണ്ഡിക്കാനെന്നവണ്ണം തുഷാര പറഞ്ഞു.

"അതു നല്ല കാര്യമല്ലേ. വിവാഹം കഴിഞ്ഞയുടൻ കൂട്ടുകാരി പഠിപ്പുപേക്ഷിച്ച് അമ്മയാകേണ്ടെന്നു കരുതി കാണും." രോഹിത്ത് ചിരിച്ചു. അവനോടൊന്നും പറഞ്ഞിട്ടു കാര്യമില്ലെന്നു കണ്ട തുഷാര നിശ്ശബ്ദത പാലിച്ചു. പക്ഷേ, അതോടുകൂടി അവൾ മനസ്സിലുറപ്പിച്ചു. ഹോസ്റ്റൽ വിശേഷങ്ങളിനിയൊരിക്കലും രോഹിത്തുമായി പങ്കുവക്കില്ല. എവിടെ തുടങ്ങിയാലും അത് ലൗലിയിൽ വന്നേ അവസാനിക്കൂ... അതുകൊണ്ടു തന്നെ ഹോസ്റ്റലിൽ നടന്ന സംഭവവികാസങ്ങളുടെ പശ്ചാത്തലത്തിൽ പിള്ളേർക്കിടയിൽ ലൗലി പരക്കെ വിമർശിക്കപ്പെടുന്നതിന്റെ ആനന്ദമുള്ളിലുണ്ടായിട്ടും തുഷാര രോഹിത്തിൽ നിന്നുമത് മറച്ചുപിടിച്ചു.

പന്ത്രണ്ട്

നീണ്ടമയക്കം വിട്ടെണീറ്റപോലെ നിമിതയുടെ ദേഹമാസകലം ക്ഷീണം തങ്ങി നിന്നു. അവൾ പതിവുപോലെ രാവിലെ ഒൻപതിനു

യൂണിവേഴ്സിറ്റിയിലേക്ക് പോകുകയും വൈകുന്നേരം നാലരയ്ക്ക് മടങ്ങിയെത്തുകയും ചെയ്തു. മിക്കപ്പോഴും ചുറ്റുമുള്ളവരോടു മിണ്ടാൻ പിശുക്കുകാട്ടി. യാന്ത്രികമെന്നോണം ചിലപ്പോഴൊക്കെ സ്മൃതിയുടെ മുറിക്കരികെ പോകുകയും തിരിച്ചു വരികയും ചെയ്തു. അപ്പോഴൊക്കെ സ്മൃതിയുടെ മുറി അടഞ്ഞുതന്നെ കിടന്നു. രണ്ടുമൂന്നു ദിവസമായി ബീനച്ചേച്ചിയെ കാണാത്തതിനാൽ മദറിനോട് അന്വേഷിച്ചു. "ബീന മകൾക്കടുത്തേക്ക് പോയിരിക്കുവാ... മറ്റന്നാൾ മടങ്ങിവരും" കണ്ണട ഒന്നിളക്കിവച്ചുകൊണ്ട് മദർ അർദ്ധമന്ദഹാസം വിടർത്തി.

നാലഞ്ചു ദിവസം മുമ്പ് മുറിയിൽ ചവറെടുക്കാൻ വന്നപ്പോൾ ലിസിയുടെയും മറ്റും മെസ് ഡ്യൂട്ടി കാര്യമായ പ്രശ്നങ്ങളില്ലാതെ അവസാനിച്ചതടക്കമുള്ള വിശേഷങ്ങൾ ബീനച്ചേച്ചി പറഞ്ഞു. എന്നിട്ടും മകൾക്കടുത്തേക്കു പോകുന്ന കാര്യം സൂചിപ്പിച്ചതേയില്ലല്ലോ! അവൾ നദിക്കരയിലേക്കു നടന്നു. അവിടാകെ ഇരുളം പിടിച്ചു കിടന്നു. നദിക്കരയിലെ വൻമരം ആരോ വെട്ടി മുറിച്ചതിന്റെ ശേഷിപ്പുകൾ തടിച്ചീളുകളായി ചിതറിക്കിടന്നു. മഞ്ഞ മേലാപ്പിട്ട മുളകൾ നിർജ്ജീവമായി നിന്നു. കിളികളില്ലാതെ ഒഴിഞ്ഞ മുളന്തണ്ടുകൾ ... നിമിത അതിനെ സ്പർശിച്ചു.

'ആഷ്‌ലിൻ ഒടുവിൽ നീ ഒറ്റയ്ക്കായിരുന്നുവല്ലേ.... ആദ്യം ഈ നദിക്കരയിൽ ... പിന്നീട് ഹോസ്റ്റൽ മുറിയിലും കാമ്പസിലും .... എല്ലാത്തിനുമൊടുവിൽ .... നിന്റെയെത്രയെത്ര തേങ്ങലുകൾ ഈ ഒഴുക്കിൽ വീണലിഞ്ഞിട്ടുണ്ടാകും' നിമിത ഗദ്ഗദപ്പെടുകയും ചുമയ്ക്കുകയും ചെയ്തു. ദൂരെ മഴയിരമ്പി. പാരിലേക്കിറങ്ങാൻ ദാഹിക്കുന്ന ജീവൻ തോടുപൊട്ടിച്ച് പുറത്തുചാടുമ്പോലെ .... സ്വത്വം ബാഹ്യാവരണം വിട്ടൊഴിഞ്ഞു. ശൂന്യമായ പുറന്തോട് മറ്റൊന്നിനെ ഉൾക്കൊള്ളാനുള്ള വ്യഗ്രതയോടെ ഉരുണ്ടു. നിമിതയുടെ സ്വത്വം അലസമായെങ്ങോ കിടന്നു.

മഴക്കോളിനു പിന്നാലെ ശക്തമായ കാറ്റുവീശി. "ഇപ്പോൾ മഴപെയ്യുമെന്നു തോന്നുന്നു..." സ്മൃതിയെ കെട്ടിപ്പിടിച്ചുകൊണ്ട് ഡോക്ടർ ശ്രീനാഥ് പറഞ്ഞു.

"എങ്കിൽ ഈ സെമിത്തേരിക്കൊപ്പം നമ്മളും നനഞ്ഞു കുതിരും" തന്റെ അരക്കെട്ടിലേക്ക് നീളുകയായിരുന്ന ശ്രീനാഥിന്റെ കൈ തട്ടിമാറ്റിക്കൊണ്ട് സ്മൃതി വേവലാതിപ്പെട്ടു.

"എന്തായാലും താൻ നനയില്ല. എന്റെ വണ്ടിക്കകത്തൊരു റെയിൻകോട്ടിരിപ്പുണ്ട്" സെമിത്തേരിയുടെ അരമതിലിനോടു ചേർന്നുള്ള കുറ്റിച്ചെടികൾക്കിടയിൽ ചെരിച്ചിട്ടിരിക്കുന്ന തന്റെ ടൂവീലറിലേക്ക് ചൂണ്ടി ഡോക്ടർ ശ്രീനാഥ് പറഞ്ഞു.

"അപ്പോൾ സാറോ ...." സ്മൃതി അയാളുടെ ട്രിം ചെയ്ത മീശയിൽ പരതിക്കൊണ്ടിരുന്നു.

"എനിക്കീ ചൂടുമാത്രം മതി...." കള്ളച്ചിരിയോടെ അയാൾ അവളുടെ വയറ്റിൽ ചുംബിച്ചു. ചുറ്റിലെവിടെയോ കല്ലും കരിയിലകളും ഞെരിഞ്ഞ

മർന്നു. സ്മൃതിയും ശ്രീനാഥും പിടഞ്ഞുമാറി.

"എന്താത്...." സ്മൃതി അയാളുടെ ദേഹത്ത് മുറുകെ പിടിച്ചു. ശ്രീനാഥ് ടോർച്ച് തെളിച്ചുകൊണ്ടെണീറ്റു. സെമിത്തേരിയുടെയൊരു കോണിലുള്ള കുരിശടിക്ക് സമീപത്തെ പൂച്ചെടിക്കാട്ടിൽ നിന്നും രണ്ടു ചാവാലിപ്പട്ടികൾ ഓടിപ്പോയി.

"ഛെ.... പട്ടികൾ. മനുഷ്യനെ മിനക്കെടുത്താനായിട്ട്...." ശ്രീനാഥ് ടോർച്ചണച്ചിട്ട് വീണ്ടും സ്മൃതിക്കരികെയിരുന്നു.

"പട്ടികൾ മാത്രമല്ല ചില മനുഷ്യരുമിപ്പോൾ നമുക്ക് പിന്നാലെ യാണെന്ന് തോന്നുന്നു...."

"മനുഷ്യരോ....?" ശ്രീനാഥ് ഉൽകണ്ഠപ്പെട്ടു.

"ങ്ഹാ.... അങ്ങനെ തോന്നുന്നു. ഹോസ്റ്റലിൽ പുതുതായി വന്ന ഒരെണ്ണമുണ്ട്..... നിമിത. സൈക്കോളജി ഡിപ്പാർട്ടുമെന്റിലെ റിസർച്ചു സ്കോളറാ...."

"അവൾക്ക് നമ്മളുമായിട്ടെന്തു ബന്ധം?"

"അവളുടെ ഒരു നോട്ടവും ഭാവവും എനിക്കെന്തോ പിടിക്കുന്നില്ല. ചിലപ്പോഴൊക്കെ അവൾ എന്റെ മുറിക്കുമുമ്പിലൂടെ ഉലാത്തുകയും ഭക്ഷണ സമയത്ത് എന്നെ കണ്ണെടുക്കാതെ നോക്കുകയും ചെയ്യും. മിണ്ടുകയോ ചിരിക്കുകയോ ചെയ്യില്ല. അവളാ ആഷ്ലിന്റെ മുറിയിലാ താമസം. അവളും ആഷ്ലിനെപ്പോലെ മഹാപാപങ്ങളുടെ ഒരു പട്ടികയും പിടിച്ചാണ് നടക്കുന്നതെന്നു തോന്നുന്നു..."

"ആരെങ്ങനെ നടന്നാലും അതൊന്നും നമ്മളെ ബാധിക്കില്ല. നമ്മളെ ആഷ്ലിന്റെ മരണവുമായി ബന്ധപ്പെടുത്തുന്നതൊന്നും അവർക്കു കിട്ടാനില്ല."

"പക്ഷേ, ആ കത്ത്.... അന്നാരെങ്കിലും കണ്ടിരുന്നെങ്കിൽ നമ്മുടെ ജീവിതം ദുരന്തമായി മാറിയേനെ. ഞാനന്നുച്ചയ്ക്ക് സ്പെസിമെൻ റൂമിൽ ഫിഷ്ടാങ്കിലെ വെള്ളം മാറ്റിക്കൊണ്ടിരിക്കുമ്പോൾ ജൂനിയർ റിസർച്ചറായിരുന്ന സെലിൻ ജോസ് ഓടിക്കൊണ്ടുവന്നു പറഞ്ഞു 'ചേച്ചീ ... ആഷ്ലിൻചേച്ചി വിളിച്ചിട്ടെഴുന്നേല്ക്കുന്നില്ല. കുറേ നേരമായി മേശപ്പുറത്ത് കമിഴ്ന്ന് കിടക്കുന്നു'. ഞാനോടിച്ചെന്നവളെ പിടിച്ചു നിവർത്തി. വായിൽ നിന്നൊഴുകിയ നുരയുംപതയും അവൾ തലവച്ചുകിടന്ന ബുക്കിന്റെ പുറം നിറച്ചിരുന്നു. കൈയിൽ പറ്റാതിരിക്കാൻ ഞാനതു നീക്കിവച്ചപ്പോഴാണ് നാലായിമടക്കിയ ഒരു കുറിപ്പ് പുറത്തേക്കു വീണത്. ആരും കാണാതെ ഞാനതെടുത്ത് മാറ്റിവച്ചു. അവൾക്കു ചുറ്റുമാളുകൂടിയപ്പോൾ ഞാനവിടെനിന്നും മാറി ടോയ്ലറ്റിൽ കൊണ്ടുവച്ചതു വായിച്ചു. വായിച്ചു കഴിഞ്ഞതും എന്തു ചെയ്യണമെന്നറിയാതെ ഞാൻ ഞെട്ടിത്തരിച്ചു നിന്നു. സാറന്ന് നാഷണൽ സയൻസ് കോൺഫറൻസിനായി ഡൽഹിയിലായിരുന്നല്ലോ. നിങ്ങളെന്തിനാണെന്നെ ദ്രോഹിക്കുന്നത് ... എന്നു തുടങ്ങുന്ന കത്തിൽ സാറവളുടെ തീസീസിൽ ഒപ്പിടാത്തതും അവ

ളുടെ പ്രോജക്ടിനു പ്രാഥമികാംഗീകാരം നല്കാത്തതുമായ കാര്യങ്ങൾ വിശദമാക്കിയിരുന്നു. അവസാനം എന്നോടെന്നപോലെ പറഞ്ഞിട്ടുണ്ട്.... 'ഒരിക്കലും നിന്നിൽ നിന്നിതു പ്രതീക്ഷിച്ചില്ല' എന്ന്. ഞാനതപ്പോൾ തന്നെ ചുരുട്ടിക്കൂട്ടി ക്ലോസറ്റിലിട്ട് ഫ്ളഷ് ചെയ്തു."

"ഹോസ്റ്റൽ മുറിയിൽ നിന്നും കിട്ടിയ കുറിപ്പിൽ തന്റെ മരണത്തിനാരും ഉത്തരവാദിയല്ലെന്നും മാതാപിതാക്കൾ ക്ഷമിക്കണമെന്നുമൊക്കെയല്ലേ എഴുതിയിരുന്നത്."

"അതവൾക്ക് ഹോസ്റ്റലിനോട് വല്ലാത്തൊരിഷ്ടമായിരുന്നു. അവിടെ ആരോടും വലിയ സൗഹൃദമൊന്നുമില്ലായിരുന്നെങ്കിലും എല്ലാവരും തന്റെ സ്വന്തമാണെന്ന് ഇടയ്ക്കിടെ പറയുമായിരുന്നു. ഹോസ്റ്റലിലുള്ളവരെ ഉദ്ദേശിച്ചാവും അങ്ങനെയൊരു കുറിപ്പെഴുതിയത്. എന്തായാലും പൊലീസന്വേഷണമതിൽ തീർന്നു. പിന്നെ അവളുടെ വീട്ടുകാർക്കും കൂടുതലന്വേഷണത്തിനൊന്നും താല്പര്യമില്ലായിരുന്നല്ലോ. അല്ലെങ്കിൽത്തന്നെ അവളുടെ പപ്പയും മമ്മിയും വല്ല ആണ്ടിനും സംക്രാന്തിക്കുമാണ് നാട്ടിൽ വന്നിരുന്നത്. അതും അവളിവിടെ പഠിക്കുന്നതു കാരണം. പത്താംക്ലാസു കഴിഞ്ഞപ്പോൾ അവളെ അമേരിക്കയ്ക്ക് കൊണ്ടുപോകാൻ എല്ലാം ശരിയാക്കി പപ്പയും മമ്മിയും വന്നതാണ്. അവൾ അവർക്കൊപ്പമില്ലെന്നു വാശിപിടിച്ചു. അവൾക്ക് ആറും ജ്യേഷ്ഠന് പത്തും വയസ്സുള്ളപ്പോഴാണ് അവളുടെ പപ്പയും മമ്മിയും അമേരിക്കയിൽ പോയത്. ജ്യേഷ്ഠൻ അന്നവർക്കൊപ്പം പോയി. അവൾ തനിക്കു മുത്തശ്ശിയോടൊപ്പം നില്ക്കണമെന്നു കരഞ്ഞു ശാഠ്യം പിടിച്ചുപോലും. മുത്തശ്ശി മരിച്ചപ്പോൾ പിന്നെ ബോർഡിങ് സ്കൂളിലായി. അവിടത്തെ കൂട്ടുകാരെക്കുറിച്ചൊക്കെ എന്നോടു വാചാലയാകുമായിരുന്നു. വീട്ടുകാരാരും അവിടത്തെ ബിസിനസെല്ലാമുപേക്ഷിച്ച് ഇനി നാട്ടിലേക്ക് വരാൻ പോകുന്നില്ല. അവളുടെ ജ്യേഷ്ഠൻ ആരോൺ ഫെർണാണ്ടസ് എന്റെ ഫെയ്സ്ബുക്ക് സുഹൃത്താണ്. അവൻ വിവാഹം കഴിച്ചിരിക്കുന്നതൊരു അമേരിക്കൻ മലയാളി കുടുംബത്തിൽ നിന്നാണ്."

"ഞാൻ തള്ളിക്കളഞ്ഞ അവളുടെ ആ പ്രോജക്ടുണ്ടല്ലോ... ആക്ചലി ദാറ്റ് വാസ് ആൻ എക്സലന്റ് വൺ.. ഒരുപാടു സാദ്ധ്യതകളുള്ള മികച്ച ആശയമാണത്. നന്നായി വായിച്ചും നിരീക്ഷിച്ചുമാണവളത് തയ്യാറാക്കിയിരിക്കുന്നത്. അതിന്റെയൊരു കോപ്പി ഞാനെടുത്തു വച്ചിട്ടുണ്ട്. ഇനിയതൊന്ന് പൊടിതട്ടിയെടുക്കണം. എന്റെ റിസർച്ച് കരിയറിലതൊരു വഴിത്തിരിവാകും...." ഡോക്ടർ ശ്രീനാഥിന്റെ മുഖം തെളിഞ്ഞു.

"അപ്പോൾ പ്രോജക്ട് അസിസ്റ്റന്റ് ഞാൻ തന്നെ..." സ്മൃതി അയാളുടെ തുടയിൽ നുള്ളി.

"ഉം ... നോക്കട്ടെ ..." ശ്രീനാഥ് ഇരുത്തിമൂളി.

'ങ്ഹും .... ഇയാളുടെ മനസ്സിൽ ആ.... അമിതയായിരിക്കും. അതാണ് മറുപടിക്കൊരുറപ്പില്ലാത്തത് ....' സ്മൃതി പല്ലുഞെരിച്ചു.

"അതെന്താ അങ്ങനെയൊരു മറുപടി..." സ്മൃതി പിണക്കം ഭാവിച്ചു.

"അതിനിടയ്ക്ക് തന്റെ വിവാഹമോ മറ്റോ ആയാലോ ..."ശ്രീനാഥ് അവളെ പാളി നോക്കി.

"ആഷ്‌ലിനു ഭാവിയിൽ വിഷാദരോഗം വരാനുള്ള സാദ്ധ്യതയുണ്ടായിരുന്നു. അതുകൊണ്ട് പൊലീസിനോടങ്ങനെ പറഞ്ഞതിൽ തെറ്റൊന്നുമില്ല" സ്മൃതി വിഷയം മാറ്റി.

"ഈ രാത്രി മുഴുവൻ പരംലോകം പൂകിയ അവളെക്കുറിച്ചു സംസാരിച്ചിരുന്നാൽ മതിയോ. അതിനുവേണ്ടിയാണോ എല്ലാവരുടേയും കണ്ണു വെട്ടിച്ച് നമ്മളീ ശവങ്ങൾക്കടുത്തു വന്നത്" ശ്രീനാഥ് അവളുടെ ചെവിയിൽ ചുണ്ടുകൾ ചേർത്ത് ശബ്ദം താഴ്ത്തി. പരസ്പരോച്ഛ്വാസങ്ങളിൽ രോമാഞ്ചപ്പെട്ടവർ പിണഞ്ഞുകിടന്ന് മധുരങ്ങൾ കൈമാറി.

'ദൈവമേ ... അനീതിയും നെറികേടും തമ്മിൽ ചുംബിച്ചിരിക്കുന്നു. ദുഷ്ടതയും കുടിലതയും തമ്മിലെതിരേറ്റിരിക്കുന്നു....' കുരിശടിക്കടുത്തെ പൂച്ചെടിക്കാട്ടിൽ കമിഴ്ന്നുകിടന്ന് നിമിത പ്രജ്ഞയറ്റവളെപ്പോലെ വിലപിച്ചു.

പതിമൂന്ന്

ഹോസ്റ്റലിൽ ഷോമാന്റെ ശല്യം രൂക്ഷമായിക്കൊണ്ടിരുന്നു. ആദ്യമാദ്യം ഷോമാൻ തന്റെ നഗ്നത തുറന്നിട്ട് പ്രതിമപോലെ നില്പുമാത്രമായിരുന്നെങ്കിൽ പിന്നീടതു ഹോസ്റ്റൽ മതിലുകളിൽ രതിരസവർണ്ണനകളുടെ എഴുതിക്കൂട്ടലുകളും ഭോഗക്രിയകളുടെ കുത്തിവരയ്ക്കലുകളുമായി വികസിച്ചു. മചിത്രയും കൂട്ടരും ചേർന്ന് ഷോമാനെ പിടികൂടാൻ തീരുമാനിച്ചു. രഹസ്യമായി അവർ ഡോർമിറ്ററിയിലൊത്തുകൂടി അവനെ കുടുക്കാനുള്ള തന്ത്രങ്ങളാവിഷ്കരിച്ചു. തുടർച്ചയായി ഒരാഴ്ച അവരെല്ലാം ഉറക്കമിളച്ചിരുന്നെങ്കിലും ഷോമാന്റെ പൊടിപോലും കിട്ടിയില്ല. അങ്ങനെയിരിക്കവേ ഒരു ദിവസം പുലർച്ചെ രണ്ടരമണിക്ക് ജനൽ ഗ്ലാസിലൂടെ ഒരു നിഴലനക്കം കണ്ടു. സോന ചാടിയെണീറ്റ് ജനാല തുറന്നെങ്കിലും ആ രൂപം ഒടിയനെപ്പോലെ എങ്ങോ മറഞ്ഞു. അതിരാവിലെ എല്ലാവരെയും വിളിച്ചുണർത്തി സോന കാര്യം പറഞ്ഞു. തങ്ങളെ സമർത്ഥമായി കബളിപ്പിക്കുന്ന ഷോമാനോടുള്ള മചിത്രയുടെയും കൂട്ടരുടെയും രോഷം ഇരമ്പി.

"ഇന്നത്തതോടുകൂടി അവന്റെ ചാട്ടം മതിയാക്കിക്കൊടുക്കണം" ഷോമാനെ പിടിക്കാനുള്ള തയ്യാറെടുപ്പുകൾ നടത്തുന്നതിനിടെ ഷെറിൻ ഉത്സാഹഭരിതയായി.

"ഷെറിൻ അമിതാവേശം വേണ്ട. അവനെ കൈയിൽ കിട്ടിയിട്ട് കിട്ടിയെന്നു പറഞ്ഞാൽ മതി" സോന ഉപദേശിച്ചു.

"കൃത്യം പതിനൊന്നിനു തന്നെ ഇവിടം മുഴുവൻ ഇരുട്ടിലാകുമല്ലോ

അല്ലേ... അതോ ഇന്നിനിയവർ കറന്റ്കട്ട് സമയം മാറ്റുകയോ മറ്റോ" മചിത്ര ഉൽകണ്ഠപ്പെട്ടു.

"ഇല്ല ഈയാഴ്ച മുഴുവൻ പതിനൊന്ന് മണിക്കാണ് ലോഡ് ഷെഡ്ഡിങ്" രേഖ ഉറപ്പിച്ചു പറഞ്ഞു.

"ഇനി ... ഇന്നവൻ വരാതിരിക്കുമോ ..." സോന ശങ്കിച്ചു.

"ഇന്നല്ലെങ്കിൽ നാളെ വരും. അതുമല്ലെങ്കിൽ അതിന്റെ പിറ്റേന്ന് എന്തായാലും അവനെ കൈയോടെ പിടിക്കണം" ഷെറിൻ പല്ലിറുമ്മി.

ഘടികാരത്തിൽ മണി പതിനൊന്നടിച്ചതും കറന്റുപോയി. സ്ട്രീറ്റ്ലൈറ്റിനു ചുറ്റും വട്ടമിട്ട ഈയാംപാറ്റകൾ ചത്തുവീണു. മചിത്രയും കൂട്ടരും ഒച്ചയുണ്ടാക്കാതെ ഹോസ്റ്റലിനു പുറത്തിറങ്ങി. സ്ഥിരമായി ഷോമാൻ വന്നുനില്ക്കാറുള്ള മതിലിനു സമീപം നിലത്ത് ചെറിയ കള്ളികളുള്ള വല വിരിച്ചശേഷം അവരതിന്റെ ഓരോ അറ്റവും കൈയിൽപ്പിടിച്ച് നാലുമൂലയ്ക്കുമുള്ള ഇലപ്പടർപ്പുകൾക്കിടയിൽ ഇരുപ്പുറപ്പിച്ചു. മണി ഒന്നായി.... രണ്ടായി കൊതുകുകടിയും മഞ്ഞുമേറ്റ് കണ്ണുകൂർപ്പിച്ച് ചെവി വട്ടംപിടിച്ച് ഷോമാനുവേണ്ടി അക്ഷമയോടെ മചിത്രയും പിള്ളേരുമിരുന്നു. ഇലപ്പടർപ്പുകളനങ്ങി.... അതാ ഒരെലുമ്പൻ രൂപം മതിലിനടുത്തേക്കു പാഞ്ഞുവരുന്നു. മചിത്രയും കൂട്ടരും ശ്വാസമടക്കി ജാഗരൂകരായി.... നിമിഷങ്ങൾക്കുള്ളിൽ നാലുവശത്തുനിന്നും വലത്തുമ്പുകൾ പിടിച്ചുകൊണ്ടവർ ഓടിയടുത്തു. ഷോമാൻ വലയ്ക്കകത്തായി. പിള്ളേർ ടോർച്ചുലൈറ്റും എമർജൻസി ലാമ്പും തെളിച്ചു. വലയ്ക്കുള്ളിലെ ഷോമാന്റെ മുഖംകണ്ട മചിത്രയും കൂട്ടരും സ്തംഭിച്ചു നിന്നു..... 'വെളുമ്പൻ! ഹോസ്റ്റലിലേക്കുള്ള വഴിമദ്ധ്യേ കാണുന്ന ഇരുനിലവീട്ടിലെ പയ്യൻ. നീണ്ടമൂക്കും ചിരിക്കുന്ന കണ്ണുകളുമുള്ള വെളുമ്പൻ. മെൻസ് ഹോസ്റ്റലിലെ പയ്യന്മാരെപ്പോലെ തങ്ങളുടെ തലകാണുമ്പോൾ ചൂളമടിക്കുകയും കൂകിവിളിക്കുകയും ചെയ്യാത്ത വെളുമ്പൻ. എതിരേ നടന്നുവരുമ്പോൾ തങ്ങളുടെ മാറിലേക്ക് തുറിച്ചുനോക്കാത്ത....... മാന്യനായ എഞ്ചിനീയറിങ് വിദ്യാർത്ഥി .... രാത്രിയിലെ തങ്ങളുടെ കൊച്ചുവർത്തമാനങ്ങൾക്കിടയിൽ ഒരു മഞ്ഞുതുള്ളിയുടെ പരിശുദ്ധിയോടെ കടന്നുവരാറുള്ളവൻ... പിള്ളേരുടെ കണ്ണിലുണ്ണിയായ സുന്ദരനായ വെളുമ്പൻ .... എത്രയോ രാത്രികളിൽ തന്റെ സ്വപ്നങ്ങളിൽ ഇവനെ ആശ്ലേഷിച്ചുറങ്ങിയിരിക്കുന്നു.... മചിത്രയുടെ ഹൃദയം പൊടിഞ്ഞു.

"എടാ നീയോ ... " മചിത്രയും പിള്ളേരും അട്ടഹസിച്ചു. പൂർണ്ണനഗ്നനായ വെളുമ്പൻ ഭയന്നു ചൂളുന്ന ഈനാംപേച്ചിയെപ്പോലെ മുഖം കാൽമുട്ടുകൾക്കിടയിലൊളിപ്പിച്ച് വലയ്ക്കുള്ളിൽ ചുരുണ്ടുകൂടി. എമർജൻസി ലാമ്പിന്റെ തെളിമയിൽ വെളുമ്പന്റെ മേനി മെഴുകുപോലെ തിളങ്ങി.

"അടിച്ചു നിന്റെ നടുവൊടിക്കും ഞാൻ .... ങ്ഹാ ..." ഷെറിൻ വെളുമ്പന്റെ തലയിൽ കുത്തിപ്പിടിച്ചു. വേദനകൊണ്ടു പുളഞ്ഞ് തല

നിവർത്തിയ അവൻ ഷെറിന്റെ കൈക്കിട്ടൊരു കടികൊടുത്തു. കടിയേറ്റ് ഷെറിൻ കൈയയച്ചതും വെളുമ്പൻ വലയിൽനിന്നുമൂർന്നിറങ്ങി ഓടി... പിള്ളേർ അവനു പിന്നാലെ ഓടി. വെളുമ്പൻ ഒരഭ്യാസിയെപ്പോലെ ഇരുൾവീണ വഴികളിലൂടെ അനായാസം ചാടിയോടിക്കൊണ്ടിരുന്നു. വിടാതെ പിൻതുടർന്ന രേഖയും മചിത്രയും അവനെ സെമിത്തേരിക്കും മെൻസ്ഹോസ്റ്റലിനുമിടയ്ക്കുള്ള മൈതാനത്തിനടുത്തുവെച്ച് തള്ളി വീഴ്ത്തി.

"നിന്നെയൊക്കെ ഒന്നിനേം വിശ്വസിക്കാൻ കൊള്ളാതായല്ലോടാ ... വഞ്ചകവർഗ്ഗം...." അരിശം മൂത്ത രേഖയും മചിത്രയും വെളുമ്പനെ തറയിലിട്ട് ചവിട്ടികൂട്ടി. തൊഴിക്കിടെ സ്ഥാനം മാറിയ മചിത്രയുടെ കഴുത്തിറക്കമുള്ള ടോപ്പിനിടയിലൂടെ മുഴച്ചുനില്ക്കുന്ന സ്തനങ്ങൾകണ്ട് വെളുമ്പൻ അശക്തനായി. വർദ്ധിച്ച ഹൃദയമിടിപ്പോടെ വെപ്രാളത്തിൽ ഞൊണ്ടിപ്പിടിച്ചെഴുന്നേറ്റവൻ ഇരുട്ടിൽ മറഞ്ഞു.

"എന്നാലും വെളുമ്പൻ .... ഛേയ് അവനിങ്ങനെ ചെയ്യുമെന്ന് ...." തിരികെ നടക്കുമ്പോൾ മചിത്ര പുലമ്പി.

പതിനാല്

ഓരോരുത്തരുടേയും സാന്നിദ്ധ്യം അതാതിടങ്ങളിൽ പകരം വെക്കാനാവാത്തതാണ്. ബീനച്ചേച്ചിയുടെ മടങ്ങിവരവ് അടുക്കളയെയും മെസ്ഹാളിനെയും സജീവമാക്കി. പ്രാതലിനു ബീനചേച്ചിയുടെ മാസ്റ്റർപീസായ മസാലദോശയും ഉള്ളിവെന്ത ചമ്മന്തിയുമായിരുന്നു. അതുള്ള ദിവസം ഹോസ്റ്റലിലെ ഒരൊറ്റയാളും പ്രാതലൊഴിവാക്കാറില്ല. അത്രയ്ക്ക് സ്വാദിഷ്ഠമാണ് ബീനച്ചേച്ചിയുണ്ടാക്കുന്ന ലോലമായ ദോശയും വെളിച്ചെണ്ണയിൽ കുഴച്ചെടുക്കുന്ന ചമ്മന്തിയും. തന്റെ കൈപ്പുണ്യത്തെ പുകഴ്ത്തിക്കൊണ്ട് പിള്ളേരതു കഴിക്കുമ്പോൾ ഉച്ചഭക്ഷണത്തിനുള്ള തയ്യാറെടുപ്പുകൾക്കിടെ അടുക്കളയിലെ ചൂടിൽനിന്നുകൊണ്ട് ബീനച്ചേച്ചി ഒടിഞ്ഞ പല്ലുകൾ കാട്ടി ചിരിക്കും.

ചില രാത്രികളിലും പുലർച്ചെകളിലും ലൈംഗിക ഗോഷ്ടികളുമായി തങ്ങളുടെ ഹോസ്റ്റൽ പരിസരത്ത് ചുറ്റിയിരുന്നത് വഴിവക്കിലെ ആ പാവം പയ്യനായിരുന്നൂവെന്ന് വിശ്വസിക്കാൻ പിള്ളേർ പ്രയാസപ്പെട്ടു. ബീനച്ചേച്ചിക്കു രണ്ടാഴ്ച കഴിഞ്ഞിട്ടും ഞെട്ടൽ മാറിയില്ല. "എന്നാലുമാ ചെറ്ക്കൻ ഹൊ.... അവന്റെ സ്വഭാവം കണ്ടാ ആർക്കുമങ്ങനെ പറയാൻ തോന്നൂല്ല. ചേച്ചീ ... എന്ന വിളീലൊക്കെ എന്തൊര് ഭവ്യതേർന്ന്" തകൃതിപ്പണികൾക്കിടെ ബീനച്ചേച്ചി പലപ്പോഴും അതേക്കുറിച്ചോർത്തു മൂക്കത്തുവിരൽ വച്ചു.

"മോക്കത് വിശ്വസിക്കാൻ പറ്റണൊണ്ടാ .... "ചുമരലമാരയുടെ തട്ടു

കൾ ചൂലിൻതുമ്പുകൊണ്ടടിച്ചു തൂക്കുന്നതിനിടെ ബീനച്ചേച്ചി ചോദിച്ചു.

"മനുഷ്യന്റെ മുഖം വികൃതമാണ്. അവസരം വരുമ്പോൾ അവരത് പ്രകടിപ്പിക്കും. പകലിൽ ചിരിക്കുന്ന മുഖങ്ങൾ ചിലപ്പോൾ രാത്രിയിൽ നമ്മളെ ഭയപ്പെടുത്തും...." ഉള്ളിൽ കൂടിക്കുഴഞ്ഞ ക്ഷോഭങ്ങളിൽപ്പെട്ട് നിമിതയുടെ ശബ്ദം അടഞ്ഞു.

"മചിത്രയെ എനിക്കു വിശ്വാസമില്ല. ഒന്നിനെ രണ്ടാക്കിപ്പറയുന്ന പ്രകൃതോണ്. പക്ഷേങ്കി രേഖ മോളേം ഷെറിനേം എനിക്ക് വിശ്വാസ മാണ്. ആ പിള്ളേര് ഒറപ്പിച്ച് പറയേണ് അതാക്കൊച്ചനാണെന്ന്. അവന്റെ മൊഖം നല്ലോണം കണ്ടെന്നാണ് പറയണത്. ങ്ഹാ ... കർത്താവേ ആർക്കറിയാം. ശനിയാഴ്ച ദെവസങ്ങളില് ഉച്ചയ്ക്ക് ചന്തേന്ന് സാധന ങ്ങളുമായി വരമ്പം ചെലപ്പം റോട്ടില് വച്ച് ആ കൊച്ചനെ കാണും. ഓടി വന്ന് നമ്മള കൈയ്യീലിരിക്കണ സഞ്ചീം സമാനങ്ങളുമൊക്കെ വാങ്ങീട്ട് പറയും 'ചേച്ചീ ഞാൻ വീട്ടിലോട്ടാണ്. അതുവരെ ഞാൻ തൂക്കിക്കോളാം'. എന്തക്ക ലോകകാര്യങ്ങളാണെന്നറിയാമോ നടക്കുന്നതിനിടെ ആ കൊച്ചൻ പറയണത്.... ന്നാലും എന്റെ ഈശോയോ.... എനിക്കിത ങ്ങോട്ട്..." ബീനചേച്ചി അവിശ്വസനീയതയോടെ നിന്നു.

"സത്യങ്ങൾ അവിശ്വസനീയമാണ്... കള്ളങ്ങൾ വിശ്വസനീയവും! സത്യം ബോദ്ധ്യപ്പെടുത്തണമെങ്കിൽ തെളിവുകൾ വേണം. ആ തെളി വിന്റെ വഴികളിലേക്കു മറ്റുള്ളവരെ നയിക്കുക ദുഷ്കരവും! കള്ളം പിൻബ ലമില്ലാതെ തഴച്ചുവളരും. കള്ളവൃക്ഷത്തിനു താഴെ ശോഷിക്കാത്തൊരു പാഴ്വസ്തുവിനെപ്പോലെ സത്യം കിടക്കും..." നിമിത വല്ലാതെ കിത യ്ക്കാൻ തുടങ്ങി. മേശപ്പുറത്തിരുന്ന പുസ്തകങ്ങൾ അടുക്കുതെറ്റി താഴെ വീണു.

"അയ്യോ.... മോളേ... പെട്ടെന്നെന്ത് പറ്റി...." ബീനച്ചേച്ചി പരിഭ്രമിച്ചു.

"ഇല്ല.... ഒന്നുമില്ല...." നിമിതയുടെ കണ്ണുകൾ ചുവന്നുകിടന്നു. അവൾ നന്നായി വിയർക്കുന്നുണ്ടായിരുന്നു. ബീനച്ചേച്ചി വേഗം ഫാൻ ഓണാക്കി. ജനൽപ്പടിയിലിരുന്ന ഫ്ളാസ്ക്കിൽനിന്നും ഗ്ലാസിലേക്ക് വെള്ളം പകർന്നിട്ട് പറഞ്ഞു "കുടിക്ക് മോളേ.... കണ്ടിട്ട് നല്ല തളർച്ച യൊണ്ട്...."

"മുറീല് എപ്പഴും നല്ല കാറ്റും വെളിച്ചോം വേണം. ആഷ്‌ലിൻ മോളു ള്ളപ്പ ഈ ജനാലയൊക്കെ തുറന്ന് കെടക്കുമായിര്ന്ന്. ആ മാവിലും വരിക്കപ്ലാവിലും മഞ്ഞണീലുമൊക്ക നെറച്ചും കിളികളാര്ന്ന്. വിഷുക്കാ ലമായാപ്പിന്നെ അവറ്റകൾക്ക് ഉത്സവോണ് .... പഴങ്ങളും തിന്ന് പൂരണി ച്ചോണ്ട് കുണുകുണാന്ന് കൊമ്പ്തോറും ചാടിക്കളിക്കും" നിമിത വെള്ള മിറക്കിക്കൊണ്ടിരിക്കുമ്പോൾ ബീനച്ചേച്ചി ജനാലകൾ തുറന്നിട്ടു. വെള്ളം തൊണ്ടയിൽ കുടുങ്ങി. നിമിത ഉറക്കെ ചുമച്ചു. ബീനച്ചേച്ചി അവളെ നിവർത്തിയിരുത്തിയിട്ട് മുതുകിൽ തടവി.

"എന്റെ മോളും ഇത് തന്ന... ഒന്നും കഴിക്കൂല്ല. നേരാവണ്ണം ആഹാരം

കഴിച്ചാലല്ലേ നല്ലോണം പഠിക്കാനൊള്ള ആരോഗ്യമൊണ്ടാവൂ. മോള് പെട്ടെന്ന് തളർന്നുവീണെന്നും പറഞ്ഞ് സ്കൂളീന്ന് വിളിവന്ന്. അങ്ങ നേണ് ഞാൻ കോട്ടയത്തിന് പോയത്. ഞാനവിടെ ചെല്ലമ്പം കൊച്ച് ആശുപത്രീലാര്ന്ന്. ശരീരത്ത് രക്തം കൊറവാണെന്ന്. അതുകൊണ്ടാണ് തലചുറ്റി വീണതെന്ന് ഡോക്ക്ട്ടർ പറഞ്ഞ്. കൊറേ ഗുളികേം ടോണിക്കും തന്ന്. കൃത്യമായിട്ട് ആഹാരോം മര്ന്നും കഴിച്ചിട്ട് വീണ്ടും ചെല്ലാൻ പറഞ്ഞ്. ഇന്നല ഫോൺ ചെയ്തപ്പഴും സെബാനി സിട്ടറിന് അവ ളൊന്നും കഴിക്ക്ന്നില്ലെന്ന പരാതിയേ പറയാനൊള്ള്.. കൊച്ചിന് ആഹാരം കഴിക്കാൻ വല്ലാത്ത മടിയാണ്.

"അവിടെ കുട്ടിക്ക് നല്ല ശ്രദ്ധ കിട്ടുമോ..."

"പിന്നേ .... നമ്മള് നോക്കണക്കാലും നല്ലോണം സെബാനി സിട്ടറ് നോക്കും. നല്ല മനസ്സാക്ഷിയൊള്ള സിട്ടറാണത്. എന്റേന്ന് സ്കൂൾപ്പീസ് മാത്രേ വാങ്ങിക്കു, അതും പകുതി. മോക്കൊണ്ടല്ല ഇപ്പയിപ്പ ഭയങ്കര നിർബ്ബന്ധോണ്. ഞാനിവിടന്ന് പോയപ്പം സോഫിയാമ്മ ഇത്തിരി പൈസ തന്നാര്ന്ന്. അതിന് രണ്ട് ജോഡി പുത്തൻ ഡ്രസും വാങ്ങിച്ചോണ്ടാണ് ചെന്നത്. പക്ഷേ, അത് കണ്ടിട്ടൊന്നും മോള മൊഖം മാറീല്ല. അപ്പത്തന്ന വയലിൻ വേണോന്ന് ഒരേ വാശി. സ്കൂളില് എല്ലാർക്കും എന്തോ ആറ്റി വിറ്റി ഒണ്ടന്നും അവക്കും അതുപോല വേണമെന്നുമാണ് പറയണത്"

"എക്സ്ട്രാ കരിക്കുലർ ആക്ടിറ്റിവിറ്റിയെന്നാവും കുട്ടി പറഞ്ഞത്" നിമിത എടുത്തു ചോദിച്ചു.

"ങ്ഹാ .... അത് തന്ന. സെബാനി സിട്ടർ പറയണ് മോക്ക് സംഗീ തത്തില് നല്ല വാസനയൊണ്ടന്ന്. എല്ലാ പരീക്ഷയ്ക്കും മൊത്തം മാർക്കും വാങ്ങിക്കും. സ്കൂളിലവളാ ഒന്നാമത്. അവള് പഠിച്ചൊര് വലിയ പൊലീസാപ്പീസറാവണമെന്നാണ് എന്റെ ആഗ്രഹം. ഈ ക്രിസ്മസിന് ശമ്പളം കിട്ട്മ്പം വയലിൻ വാങ്ങിച്ച് കൊടുക്കാമെന്ന് ഞാൻ പറഞ്ഞി ട്ടൊണ്ട്. ക്രിസ്മസാവ്മ്പം സോഫിയാമ്മ എനിക്കിത്തിരി പൈസ അധികം തരും. എൽസമ്മ സിട്ടർ പറയണ് വയലിനൊന്നും വാങ്ങിക്കൊടുക്കണ്ട അതു പഠിക്കണവർക്കൊക്ക ദുഃഖം വരുമെന്ന്." അടുക്കളയിൽനിന്നും സാമ്പാർ കഷണങ്ങൾ വെന്ത മണം വന്നു.

"ഞാൻ ചെല്ലട്ടെ മോളേ ... സാമ്പാറ് എറക്കാറായെന്ന് തോന്നണ്. മോള് ഒരിത്തിരി കെടന്നൊറങ്ങ്.... കഴിക്കാറാവുമ്പം ഞാൻ വന്ന് വിളിക്കാം..." നിമിത തലയാട്ടി

തളർന്ന മനസ്സും അവ്യക്തതകൾ കെട്ടുപിണഞ്ഞ മസ്തിഷ്കവു മായി സ്വയം നഷ്ടപ്പെടുന്നതറിയാതെ നിമിത ദിവസങ്ങൾ തള്ളിനീക്കി. മഴക്കാലം മാറി വേനൽ വന്നു. കാമ്പസിലെ ഗുൽമോഹറുകൾ പൂത്തു ലഞ്ഞു. അവ നടവഴികളിൽ വിരിച്ച ചോരപ്പൂക്കൾ മനുഷ്യരുടെ കാലടി കളിൽ ഞെരിഞ്ഞമർന്നു. മരങ്ങൾ വിഷണ്ണതയോടെയതു കണ്ടുനിന്നു. നിമിത വേഗത്തിൽ നടന്നു. വെയിലിൽ വാടിക്കുഴഞ്ഞ് യൂണിവേഴ്സിറ്റി

ഓഫീസിലെത്തി. അവളുടെ കപോലങ്ങൾ ഗുൽമോഹർ പൂക്കൾപോലെ കിടന്നു. കാഷ്സെക്ഷനിൽ റിസർച്ച് ഫെല്ലോഷിപ്പ് വാങ്ങാനെത്തിയവരുടെ ഒരുനിര തന്നെയുണ്ടായിരുന്നു. മാസാവസാനങ്ങളിൽ യൂണിവേഴ്സിറ്റിയിലെ കാഷ്സെക്ഷനിൽ തിരക്കു പതിവാണ്. നിമിതയും അവർക്കിടയിലൊരാളായി. പ്രതിമാസമുള്ള ഫെല്ലോഷിപ്പിന്റെ ചെക്കും വാങ്ങി ബാങ്കിലേക്ക് നടക്കുമ്പോൾ അവൾ നിശ്ചയിച്ചു 'ഇപ്രാവശ്യം എന്തായാലും ഒരു വയലിൻ വാങ്ങണം. ഇനി ബീനച്ചേച്ചി മകൾക്കടുത്തേക്ക് പോകുമ്പോൾ അതൊരു സർപ്രൈസായി അവരുടെ കൈയിൽ കൊടുക്കണം...'

ബാങ്കിൽ നിന്ന് കാശുകിട്ടിയയുടൻ നിമിത ഒരോട്ടോ പിടിച്ച് നഗരത്തിലെ പ്രശസ്തമായ മ്യൂസിക്കൽ ഷോറൂമിൽ പോയി വുഡ് കളറിലുള്ള ചെറിയൊരു വയലിൻ വാങ്ങി. മിനുസമാർന്ന വർണ്ണപേപ്പറിൽ പൊതിഞ്ഞ് ഭംഗിയായി പായ്ക്കു ചെയ്ത വയലിനുമായി ഹോസ്റ്റലിലേക്ക് വന്നുകയറുമ്പോൾ വിചാരിച്ചതുപോലെ തന്നെ ബീനച്ചേച്ചി മുമ്പിൽ വന്നുചാടി. ഒഴിഞ്ഞ പൂച്ചട്ടികളുമായി പൂന്തോട്ടത്തിലേയ്ക്കിറങ്ങുകയായിരുന്ന അവരെന്തെങ്കിലും ചോദിക്കുന്നതിനു മുമ്പായി നിമിത പറഞ്ഞു "ചെറിയൊരു ഷോപ്പിങ്.... വരുന്ന ആഴ്ച വളരെ അടുത്ത ഒരു ബന്ധുവിന്റെ വിവാഹം..."

"വലിയ പൊതിയാണല്ല മോളേ..... കാര്യമായിട്ടെന്തോ ഉണ്ടല്ല..." ബീനച്ചേച്ചി തേഞ്ഞ പല്ലുകൾ കാട്ടി ചിരിച്ചു. നിമിത മുറിയിലേക്കു പോകുന്നതിനു മുമ്പായി സന്ദർശക മുറിയിലെ ചുമരിൽതൂങ്ങുന്ന പെൺകുട്ടിയുടെ ചിത്രത്തിലേക്ക് നോക്കി സ്നേഹത്തോടെ കവിളിൽ പിച്ചിക്കൊണ്ട് പറഞ്ഞു. 'നിനക്ക് ഞാനൊരു സമ്മാനം കൊടുത്തു വിടുന്നുണ്ട്....' അപ്പോഴൊക്കെ കുട്ടിയുടെ മുഖം വികസിക്കുന്നത് അവൾ മനസ്സിൽ സങ്കല്പിച്ചു. പെട്ടെന്ന് മുറിയിലെ ഇരുട്ടിലേക്ക് ചെന്നുകയറിയപ്പോൾ എന്തോ ഒരു വല്ലായ്മ. നിമിത വയലിനടങ്ങിയ സമ്മാനപ്പൊതി അലമാരയുടെ മുകൾത്തട്ടിൽ വച്ചിട്ട് ജനാലകൾ തുറന്നിട്ടു. മാന്തളിരിന്റെ മണമുള്ള ഇളംകാറ്റ് അകത്തേക്കൊഴുകി. കൊക്കുരുമ്മുന്ന അരയന്നങ്ങളെപ്പോലെ ചുറ്റുമതിലിനടുത്തുള്ള പടവുകളിൽ പരസ്പരം ഒട്ടിച്ചേർന്നിരിക്കുന്ന ആശയും ടെസ്സിയും! എൽ എൽ എം വിദ്യാർത്ഥികളായ ആശാ ജോർജും ടെസ്സി ഫിലിപ്പും ചന്ദനമരങ്ങളാണ്. അവർ ഉണ്ണുന്നതും ഉറങ്ങുന്നതും ഇരിക്കുന്നതും നടക്കുന്നതും കുളിക്കുന്നതുമെല്ലാം ഒരുമിച്ചാണ്. ജനാല തുറക്കുന്ന ശബ്ദംകേട്ടിട്ടാവണം അവരൊന്ന് തിരിഞ്ഞുനോക്കി. നിമിത ഉടൻ ജനലഴികളിൽ നിന്നും മുഖം മാറ്റി. ആശയും ടെസ്സിയും അതേയിരിപ്പു തുടർന്നു. നിമിത ഒന്നു ഫ്രെഷായശേഷം തലേദിവസം ലൈബ്രറിയിൽ നിന്നെടുത്ത പഴയ തീസിസിന്റെ കോപ്പിയുമായി സ്റ്റഡി ഹാളിലേക്കു നടന്നു. മുറ്റത്തു നിന്ന് കബഡി കളിക്കുന്ന പിള്ളേരുടെ ആരവമുയർന്നു. ഹോസ്റ്റലിലെ പിള്ളേർക്കിടയിൽ കബഡി ഒരു ഹരമാ

ണ്. മിക്കപ്പോഴും കളിയിൽ ജയിക്കുക ലിസിയുടെയോ ലൗലിയുടെയോ ടീമാണ്. എല്ലായ്പ്പോഴും തോല്ക്കുന്നത് മചിത്രയുടെ ടീമും! ഓരോ ദിവസവും തോല്ക്കുമ്പോൾ മചിത്ര പറയും "എന്നെങ്കിലുമൊരിക്കൽ ഞാനവളുമാരെ തറ പറ്റിക്കും. അന്നെല്ലാവരുമെന്നെ നോക്കി കൈയടിക്കും..."

പതിനഞ്ച്

സെമിത്തേരിക്കടുത്തുള്ള ബാസ്ക്കറ്റ്ബോൾ കോർട്ടിലാണ് ഇപ്പോൾ ഹോസ്റ്റലിലെ സകല പിള്ളേരുടേയും മനസ്സും കണ്ണും. യൂണിവേഴ്സിറ്റി താരങ്ങളുടെ പതിവു പരിശീലന ദിവസമായ ഞായറാഴ്ച വൈകുന്നേരങ്ങളിൽ മറ്റെല്ലാ കറക്കങ്ങളുമൊഴിവാക്കി പിള്ളേർ രണ്ടാം നിലയിലുള്ള ഡോർമിറ്ററികളിലൊത്തുകൂടും. ആകാരസൗഷ്ടവമാർന്ന പയ്യന്മാരുടെ ഒരു നിര തന്നെയുണ്ട് ബാസ്ക്കറ്റ്ബോൾ ടീമിൽ. കൂട്ടത്തിൽ ഏറ്റവും കൂടുതൽ ആരാധികമാരുള്ളത് വിരിഞ്ഞ നെഞ്ചും ഒതുങ്ങിയ അരക്കെട്ടും ഇരുനിറവുമുള്ള മസിൽമാനായ പ്രജിവാസുദേവനാണ്. പ്രജി ഓരോ തവണ വായുവിൽ ചാടിയുയർന്ന് പന്ത് വലയിലാക്കുമ്പോഴും ഡോർമിറ്ററികളിൽനിന്നും ജനലിലൂടെ മത്സരം വീക്ഷിക്കുന്ന പെൺപിള്ളേരും അതിൽ ആവേശിച്ച് ചാടിത്തുള്ളി ബെഡ്ഡിലേക്ക് മറിയും. ആകെയുള്ളൊരു ബൈനോക്കുലറിനുവേണ്ടി പിള്ളേർ അടിപിടി തുടങ്ങി. അഞ്ചഞ്ചു മിനിട്ടുകൾ കൂടുമ്പോഴുള്ള ബൈനോക്കുലർ കൈമാറ്റ നിയമം കാറ്റിൽ പറത്തിക്കൊണ്ടാണ് അരമണിക്കൂറിലധികമായി മചിത്രയതു കൈവശം വച്ചിരിക്കുന്നത്.

"മചിത്രാ നീയതു തരുന്നുണ്ടോ അതോ ഞങ്ങൾ പിടിച്ചുവാങ്ങണോ" പിള്ളേരുടെ ശബ്ദമുയർന്നു.

"എന്റെ കൂടി കാശിട്ടല്ലേയിതു വാങ്ങിയത്. ദേ.... ആ തെങ്ങോലകൾ മറഞ്ഞു നില്ക്കുന്നതു കാരണം ഒന്നും കാണാൻ പറ്റുന്നില്ല. നിങ്ങൾ നില്ക്കുന്നിടത്തു നിന്നു നോക്കിയാലാണ് എല്ലാം വ്യക്തമായി കാണാവുന്നത്" ബൈനോക്കുലറിലൂടെ കോർട്ടിലേക്കുള്ള നോട്ടം പിൻവലിക്കാതെ മചിത്ര പറഞ്ഞു.

"അയ്യടാ.... നിന്റെ സൂത്രം മനസ്സിലിരിക്കട്ടെ. നിനക്കാ പ്രജിയെ കണ്ടു മതിയായില്ലെന്നു പറയുന്നതാവും ശരി" സൗദാമിനി മചിത്രയിൽ നിന്നും ബൈനോക്കുലർ തട്ടിപ്പറിച്ചു. പ്രജിയുടെ നെഞ്ചിലെ രോമങ്ങളുടേയും കാൽവണ്ണയിലെ ഞരമ്പുകളുടേയുമെണ്ണം മചിത്രയ്ക്ക് കാണാപ്പാഠമാണ്. കൂടിനു ചുറ്റും വട്ടമിടുന്ന തേൻതുമ്പികളെപ്പോലെ കോർട്ടിലേക്കു തുറക്കുന്ന ജനാലകൾക്കരികെ ഇളകിമറിയുന്ന പെമ്പിള്ളേർ.

"നീതിമാന്റെ അനർത്ഥങ്ങൾ അസംഖ്യമാകുന്നു.
യഹോവ എല്ലാത്തിൽ നിന്നും അവന് വിടുതൽ നല്കും."

മകൾക്ക് സുഖമില്ലന്നറിഞ്ഞതിൽപ്പിന്നെ ബീനചേച്ചി അടുക്കളയോട്

ചേർന്നുള്ള തന്റെ മുറിയിൽത്തന്നെയിരിപ്പാണ്. നിമിത എല്ലാദിവസവും നിശ്ശബ്ദമായി ആ മുറിക്കരികെച്ചെന്ന് അകത്തേക്കു നോക്കും. കുട്ടിയുടെ ഒരു ഫോട്ടോ അവിടെ മേശപ്പുറത്ത് വെച്ചിട്ടുണ്ട്. ബീനച്ചേച്ചി അതിൽ മിഴിയൂന്നി ഒരേയിരിപ്പാണ്. ഇടയ്ക്കിടെ അവർ തന്റെ കിടക്കയുടെ തലയ്ക്കലിരിക്കുന്ന തകരപ്പെട്ടിതുറന്ന് മകളുടെ കുഞ്ഞുടുപ്പുകൾ എടുത്തു നോക്കുകയും തിരികെ വെക്കുകയും ചെയ്യും. അടുക്കള ഭരണം പൂർണ്ണമായുമിപ്പോൾ ബീനച്ചേച്ചിയുടെ സഹായികൾക്കാണ്. മെച്ചപ്പെട്ട ചികിത്സയ്ക്കായി ബീനച്ചേച്ചിയുടെ മകളെ സൗകര്യമേറിയ ഏതെങ്കിലും ആശുപത്രിയിൽ പ്രവേശിപ്പിക്കുന്നതിനെക്കുറിച്ചുള്ള ചർച്ചകൾ മഠത്തിൽ ചൂടുപിടിച്ചു. ബീനച്ചേച്ചിയുടെ മകളുടെ രോഗമെന്താണെന്ന് നിമിത ആരോടും ചോദിച്ചില്ല. എന്തോ മാരകരോഗമാണെന്നാണ് പിള്ളേർക്കിടയിലെ വർത്തമാനം.

'അപ്പോൾ എനിക്കിനി വിസിറ്റേഴ്സ് റൂമിലെ കുട്ടിയുടെ ഛായയുള്ള ബീനചേച്ചിയുടെ മകളെ കാണാനാവില്ലേ ....' ആളൊഴിഞ്ഞ ഇടനാഴിയിലൂടെ പോകുമ്പോൾ നിമിത അതീവ ദു:ഖിതയായി. ഇടനാഴിയുടെ ഇരുട്ടുകയറിയ മൂലയിൽ നിന്ന് ഭാവി വരനെ ഫോൺ ചെയ്യുന്ന സ്മൃതിയെക്കടന്നുപോയപ്പോൾ അടക്കിപ്പിടിച്ച ചിരിയും സംഭാഷണവും കേട്ടു. സ്മൃതി പതർച്ചയോടെ അവളെ നോക്കിയെങ്കിലും നിമിതയതു കണ്ടില്ല. അവൾ ഏകയായി പുറത്തിറങ്ങി കടലിനെ ലക്ഷ്യമാക്കി നീങ്ങി. സ്വത്വപ്രയാണത്തിന്റെ പോക്കുവെയിലിൽ മുങ്ങി നിവർന്ന നിമിത ആഷ്ലിനായി തുടുത്തു വന്നു. "ഗുരുവിനെ കാമിക്കുകയെന്നാൽ പിതാവിനെ കാമിക്കുന്നതിനു തുല്യമാണ്. ഒരിക്കൽ അത്രമാത്രമല്ലേ ഞാൻ സ്മൃതിയോട് പറഞ്ഞിട്ടുള്ളു. പിന്നീടൊരിക്കലും ഞാനതേക്കുറിച്ചൊന്നും...... എന്നിട്ടുമിപ്പോൾ ...." ഓരോ മുഖത്തും പതിയിരുന്ന കൗശലത്തിന്റെ ഭാഷ അന്യമായ ആഷ്ലിൻ തെറ്റിദ്ധാരണയിൽ മനംനൊന്ത് തീക്കനലിനുമുകളിലൂടെ നടക്കുമ്പോൾ ചിന്തിച്ചു 'ഞാനെന്തിനീയാത്ര തുടരണം...' അവൾ വേഗം യാത്ര നിർത്താൻ തീരുമാനിച്ചു. മുഖമില്ലാത്ത മനുഷ്യർ തിരയിൽ തിമിർത്തു.

പതിനാറ്

'നീ ബന്ധങ്ങളിൽ സ്നേഹം കൊതിച്ചു....... പക്ഷേ, അവർ സ്നേഹത്തെക്കുറിച്ച് അജ്ഞരായിരുന്നു. കുടിലതയുടെ കൂടാരങ്ങളിൽ സ്നേഹം വിടരില്ല ആഷ്ലിൻ...... ഒരിക്കലും വിടരില്ല. അതറിയാതെ പോയ നീയൊരു ശുദ്ധാത്മാവ്.... കുബുദ്ധികൾക്കുവേണ്ടി ജീവത്യാഗം ചെയ്ത വിഡ്ഢി......' നിമിത ചിരിച്ചു..... പൊട്ടിപ്പൊട്ടി ചിരിച്ചു. പരാജിതയുടെ ചിരി... നിസ്സംഗതയുടെ ചിരി. ചിരിച്ച് ചിരിച്ചൊടുവിൽ കരഞ്ഞു... നിശ്ശബ്ദമായി കരഞ്ഞു. പെട്ടെന്ന് നിമിത ഞെട്ടിപ്പിടഞ്ഞെഴുന്നേറ്റു. ചുമ

രിൽ വിജൃംഭിത രൂപം പൂണ്ട ഡോക്ടർ ശ്രീനാഥ്... അവൾ അലർച്ചയോടെ മേശപ്പുറത്തിരുന്ന മഷിക്കുപ്പി തട്ടിത്തെറിപ്പിച്ചു. ചുവന്ന മഷി ചുമർചിത്രങ്ങളിലൂടെ ഒലിച്ചിറങ്ങി. കഴുകന്റെ കണ്ണിൽ അമ്പ് തറച്ചു.

നാളെയാണ് ബീനച്ചേച്ചിയുടെ മകളെ വിദഗ്ദ്ധ ചികിത്സയ്ക്കായി വെല്ലൂർ മെഡിക്കൽ കോളേജിലേക്ക് കൊണ്ടു പോകുന്നത്. സിറ്റി ഹോസ്പിറ്റലിൽനിന്നും പ്രത്യേകം സജ്ജമാക്കിയ ആംബുലൻസിൽ രാവിലെ ആറരയ്ക്കാണ് വെല്ലൂരിലേക്ക് പുറപ്പെടുന്നത്. സിറ്റി ഹോസ്പിറ്റലിൽ കുട്ടിയെ അഡ്മിറ്റ് ചെയ്തതു മുതൽ കാര്യങ്ങൾ ശ്രദ്ധിക്കുന്നതിനായി സിസ്റ്റർമാർ മാറി മാറി അവിടെ താമസിക്കുന്നുണ്ട്. മകൾക്കൊപ്പം നില്ക്കണമെന്ന് ബീനചേച്ചി വാശി പിടിച്ചെങ്കിലും മാനസികമായി തകർന്ന നിലയിലുള്ള അമ്മയുടെ സാന്നിദ്ധ്യം കുട്ടിയുടെ ഉള്ളുലയ്ക്കുമെന്ന കാരണത്താൽ മദർ സുപ്പീരിയർ അതിനനുവദിച്ചില്ല. വെല്ലൂരിലേക്ക് ബീനച്ചേച്ചിയും പോകുന്നുണ്ട്. ഫാദർ അണ്ണ്യാളനും ജെറാൾഡ് സാറുമടങ്ങുന്ന സംഘത്തോടൊപ്പം രാവിലെ സിറ്റി ഹോസ്പിറ്റലിൽ ചെന്നിട്ട് അവിടെനിന്നാണ് യാത്രയാകുന്നത്. അതിനു മുന്നോടിയായുള്ള ഒരുക്കങ്ങളെല്ലാം പൂർത്തിയായിക്കഴിഞ്ഞു. കുട്ടിക്കുവേണ്ടിയുള്ള കൂട്ട പ്രാർത്ഥനയെക്കുറിച്ച് മദർ എല്ലാവരോടും പറഞ്ഞിരുന്നു. ആരേയും നിർബ്ബന്ധിച്ചില്ല. പിള്ളേർക്കിടയിൽനിന്നും നിമിതയടക്കം ഏതാനും പേരേ അതിൽ പങ്കെടുത്തുള്ളു. മറ്റെല്ലാവരും അവരവരുടെ ലോകങ്ങളിൽ വ്യാപൃതരായിരുന്നു. പ്രാർത്ഥനയ്ക്കിടെ മദറിന്റെ കണ്ണുകൾ നിറഞ്ഞൊഴുകുന്നത് ചാപ്പലിൽ കൊളുത്തിയ മെഴുകുതിരികളുടെ വെളിച്ചത്തിൽ വ്യക്തമായി കാണാമായിരുന്നു. വല്ലാത്ത ശൂന്യത. നിമിത ഉറക്കമിളച്ച് മുറിയിൽ ഉലാത്തിക്കൊണ്ടിരുന്നു. ഇടയ്ക്കിടെ ജീവൻ വയ്ക്കുന്ന പ്രതിമപോലെ നിമിത ആഷ്‌ലിനായും, ആഷ്‌ലിൻ നിമിതയായും മാറിമറിഞ്ഞുകൊണ്ടിരുന്നു.

ആഷ്‌ലിനു മുമ്പിൽ ചുമരിലെ അക്ഷരങ്ങൾ വികസിച്ചു നിശ്ചലമായി "ചില ദിവസങ്ങളിൽ സ്വർഗ്ഗത്തുനിന്നും മാലാഖമാർ ഭൂമിയിലേക്കുവരും. അന്ന് നിങ്ങൾക്കിടയിലെ വിശുദ്ധരെ ഞങ്ങൾ ഒപ്പം കൂട്ടും. അപ്പോൾ പിച്ചിപ്പൂക്കൾ സൗരഭ്യം വിടർത്തും."

ചുമരെഴുത്തുകൾ നിമിതയ്ക്കു പിടികൊടുക്കാതെ മലക്കംമറിഞ്ഞു.

സമയം പുലർച്ചെ നാലരയായി. അടുക്കളയിൽനിന്നും പാത്രങ്ങളുടെ കലമ്പൽ കേട്ടു. നാളുകൾക്കുശേഷം ബീനച്ചേച്ചി അടുക്കളയിൽ കയറിയിരിക്കുന്നു. വൈകാതെ ചട്ട്നിക്ക് കടുവറുക്കുന്നതിന്റേയും ദോശയുടേയും ഗന്ധം വന്നു. അഞ്ചര കഴിഞ്ഞപ്പോൾ പുറത്തു ജീപ്പു വന്ന ശബ്ദം കേട്ടു. ബീനച്ചേച്ചിക്ക് പോകാനുള്ള വണ്ടി വന്നു. നിമിത ജനാലയിലൂടെ നോക്കി. ജെറാൾഡ് സാറും അണ്ണ്യാളച്ചനും ധൃതിയിൽ ജീപ്പിൽ നിന്നു മിറങ്ങി. മദറും എൽസമ്മ സിസ്റ്ററും അവർക്കരികിലേക്കോടി. നിമിതയുടെ മുറിയിലാകെ പിച്ചിപ്പൂ ഗന്ധം പരന്നു. പുത്രൻ ദൈവത്തോടപേ

ക്ഷിച്ചു.... എനിക്കു ദാഹിക്കുന്നു.... ആത്മാക്കളെ തരിക. നിമിതയിൽനിന്നും ആഷ്‌ലിനിലേക്കുള്ള പ്രയാണത്തിന്റെ ഭാഗികാവസ്ഥയിലായിരുന്ന അവൾ നോക്കി നില്ക്കുമ്പോൾ ആഷ്‌ലിനും ബീനച്ചേച്ചിയും മാന്തോപ്പിലൂടെ കൈകോർത്തു പിടിച്ച് പോകുന്നു. പോകുന്നതിനിടയിൽ അർദ്ധസ്വത്വത്തിൽ വീർപ്പുമുട്ടുന്ന അവളോട് ബീനച്ചേച്ചി പറഞ്ഞു "നില്ക്കാൻ സമയമില്ല. വേഗം പോട്ടെ. എന്റെ മോളെത്തുംമുമ്പ് എനിക്കവിടെയെത്തണം. അല്ലെങ്കിൽ അവളവിടെ ഒറ്റയ്ക്കായിപ്പോവും...." പള്ളിമണികൾ നിർത്താതെ മുഴങ്ങി. നിമിത ജീവച്ഛവമായി നിലത്തേക്കു മറിഞ്ഞു.

പതിനേഴ്

ഹോസ്റ്റലിന്റെ നിറംമങ്ങിയ ചുമരുകളിൽ ദുഃഖം ഘനീഭവിച്ചു കിടന്നു. നിമിത മുറിവിട്ടിറങ്ങി. ഇറങ്ങുംമുമ്പ് അലമാരയിൽ നിന്നും വയലിനെടുത്ത് അല്പനേരം തിരിച്ചും മറിച്ചും നോക്കി. ചുമരിലെ കോറലുകളിലേക്ക് നോക്കി. മുറ്റത്തേക്കിറങ്ങിയപ്പോൾ മണ്ണിലാഴ്ന്നിരിക്കുന്ന കമ്പിപ്പാര കണ്ടു. നിമിത കമ്പിപ്പാരയുടെ അഗ്രം സ്പർശിച്ചു. തണുപ്പ് കൈവെള്ളയെ മരവിപ്പിച്ചു.

സെമിത്തേരിയുടെ വിജനതയിൽ സ്മൃതിയും ശ്രീനാഥും കെട്ടിപ്പുണർന്നു. രതിമൂർച്ഛയിൽ നായ്ക്കളെപ്പോലെ അണയ്ക്കുന്ന രണ്ടു ജന്തുക്കളെ ലക്ഷ്യമാക്കി നിമിത പാഞ്ഞടുത്തു. ശ്രീനാഥിന്റെ മുതുകിലൂടെ കയറിയ കമ്പിപ്പാര സ്മൃതിയുടെ നാഭികടന്ന് മണ്ണിൽ തറച്ചു നിന്നു. ആർത്തനാദം നിശ്ശബ്ദതയെ ഭഞ്ജിച്ചു. ചോരച്ചാലിൽ പിടയുന്ന ശരീരങ്ങളെ വിട്ട് അവൾ നടന്നു. സ്വയം മറന്ന് നടന്നകലുമ്പോൾ നിമിതയ്ക്ക് തന്റെ സ്വത്വത്തിന്റെ അവസാന കണ്ണിയും നഷ്ടപ്പെട്ടിരുന്നു. നിമിതയിലേക്കിനി തനിക്കൊരു മടക്കമില്ലെന്നറിയാതെ അപരയെ അനുധാവനം ചെയ്തുകൊണ്ടവൾ നടന്നു.